MƯA & EM
LÊ MINH HIỀN

Thiết kế bìa: Uyên Nguyên Trần Triết

Dàn trang: Công Nguyễn

Nhà Xuất Bản NHÂN ẢNH, 2025

ISBN: 979-8-3494-2720-6

MƯA & EM

Tuyển Thơ Văn Lê Minh Hiền

(Thơ, Thơ Chuyển ngữ, Song ngữ, Haiku, Truyện ngắn, Tản Văn)

Nhân Ảnh 2025

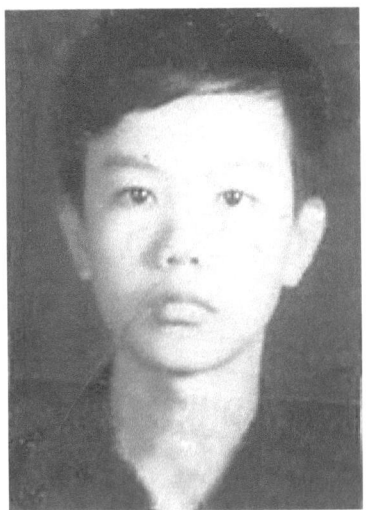

(Hình làm thẻ hs KTh 1972)

"Buồn vui chờ đợi vô thường
Hồng trần cũ kĩ bụi vương hình hài
Mộng xanh tàn cuộc loay hoay
Sao nghe nhịp thở còn ngây ngất tình
Vàng hoàng hôn, nhuộm hồn hoang
Ngọt thơm da thịt mưa nguồn nguyên khe" *(10:41 pm)*

Stanton Little Saigon California
2016 – May 13th, 2025

VÀI DÒNG VỀ TÁC GIẢ:

Bút hiệu: Lê Minh Hiền (full name), Hà Quang Huy, Le Nguyen Thu

Ngày sinh: 12 giờ trưa (giờ mới 1:00 pm) Thứ 3 Oct. 27th, 1957 Âm Lịch

(Ngày Quý Hợi, tháng Tân Hợi, năm Đinh Dậu)

December 17th, 1957 Dương Lịch

Thời thơ ấu: Quê Ngoại Xóm Cổng, Ngoại Ô Tp Qui Nhơn, Bình Định

Từ lớp Năm (lớp 1 bây giờ) - hết lớp 11(1976): 344 Nguyễn Thái Học, ngay trước chợ khu 6 Tp Qui Nhơn, Bình Định...

Khu Kiến Ốc Công Chức Qui Nhơn

Sau 1975 dời ra Trên đường Nguyễn Thị Minh Khai Qui Nhơn

1976 - 1992: Quê Nội Thôn Nhơn Mỹ, trong Cầu Sông Ngang, Ngoại ô Tp Qui Nhơn, Bình Định

1992 Định cư tại Stanton California cho đến nay theo diện ODP do Ba, Nhà Giáo Sĩ Quan Biệt Phái Lê Minh Quang bảo lãnh cùng Má & 7 chị em

1997 Về Việt Nam lập gia đình & có hai con gái Jen Phuong-Phuong Le & Jane Phuong-Thy Le

Học vấn: Tiểu học Phan Đình Phùng, Khu 6 Qui Nhơn

Trung học Cường Để Qui Nhơn

Ban toán Trung học Kỹ Thuật Qui Nhơn (vừa qua lớp 11 năm 1996, do Ban Toán của trường bị giải tán, trên cả Miền Nam theo chủ trương mới)

Tốt Nghiệp:

Trung cấp ngành Lâm Sinh, TW3, trên Đèo Cù Mông Qui Nhơn (1981)

Cypress College, California (May 29th, 2002)

Từ năm 2003 đã có tác phẩm(văn) đăng trên Việt Báo California, Nguoi Viet Daily News, VietWeekly. Khởi sự gia nhập vào làng thơ từ 2016 trên Phụ trang Bán nguyệt san Quán Văn-Nguoi Viet Daily News California (Ca); ...ngay sau đó trên Văn Chương Việt Saigon, Chánh Pháp Ca., Hợp Lưu California Ca., Chim về núi Nhạn Tuy Hòa, Văn Việt Saigon, Da Màu Ca., Tống Phước Hiệp, Tạp Chí Ngôn Ngữ Canada, VHNT Fanpage Saigon, Tạp Chí Văn Học Mới Ca., Góc Sân Chơi Hoàng Diệu Ba Xuyên Australia, Sài Môn Thi Đàn, Thơ Văn Trần Yên Hòa & Bạn Hữu Ca., T. Vấn & Bạn Hữu Texas, Việt Văn Mới France, art2all Dalat, VNBiểnKhơi Ca., VNQuảngTrị Việt Nam, Cái Đình Holland, TriếtVăn Ca., Diễn Đàn Thế Kỷ England, Nguyên Lạc & Bạn Hữu Ca., Văn Học Nguồn Cội Ca.,Trẻ Magazine, Tạp Chí Quán Văn Gò Vấp,...

THƯ ĐẦU SÁCH
(Chủ biên Tạp chí Ngôn Ngữ in Montréal Canada)

Lê Minh Hiền là người làm thơ quen tên, ngoài tôi, chắc chắn còn vô số người biết danh anh. Tôi biết anh vì anh từng góp bài cho Vuông Chiếu trang web cá nhân tôi, và cho Tạp chí Ngôn Ngữ. Như thế có thể nói chắc chắn các bạn yêu sách báo và không lười đọc, phần nhiều đều đã nghe danh Lê Minh Hiền.

Mở tuyển thơ văn Lê Minh Hiền **Mưa & Em** là bài thơ **Mưa & Em**. Không lạ. Thơ vốn từ cảnh sống thiên nhiên mà có. Những ai từng làm thơ không viết về mưa. Thử xem Lê Minh Hiền gõ tiếng mưa như thế nào, đương nhiên không cần phải tả cảnh. Mời đọc:

Mưa
ngàn năm về qua phố quận
Em
trăm năm về qua đời ta
Ta
nửa đêm thức giấc nghe mưa rớt
thân ở trời tây thấy chớp nhoáng chợt phương đông
.
Mưa
ngàn năm như vô cảm
Em
trăm năm đẹp chiêm bao
Ta

hồn như trinh nữ xuân xanh xót
cũ càng khe mộng gánh giang hà trót vấn vương...

Có khác với Nguyễn Vỹ, Nguyễn Bính, Hà Nguyên Thạch, Trần Vấn Lệ... Cái khác của anh ở đây, là anh nhận thức rằng "mưa vô cảm", và sự chọn chữ sắp dòng thành câu:

Ta
hồn như trinh nữ xuân xanh xót
cũ càng khe mộng gánh giang hà trót vấn vương..."
là rất thơ...

Nhà thơ **Luân Hoán**
Montréal Canada, May 6th, 2025 (9:36 am)

BÀI THƠ "TƯƠNG TƯ THU"
QUA CẢM NHẬN
CỦA NHÀ VĂN TUỆ MỸ, BÌNH ĐỊNH

Đọc *"Tương tư thu"*, Tuệ Mỹ hình dung có một lữ khách từng bước thầm lặng lẽ vào thu. Đất trời vào thu đã khoác lên vai lữ khách chiếc áo thu dày sương khói. Mùa thu ở xứ sở nào cũng thế. Cũng lành lạnh, cũng lá vàng rơi. Nhưng riêng khách tha phương trong bài thơ này cảm nhận cái "lành lạnh tràn về" và "mùa vàng" nơi xứ người trong một cảm xúc đặc biệt: "nhớ quá chừng". Nhớ "Em". Có thể "em" là người con gái nơi quê nhà trong tà áo dài xinh tươi, duyên dáng. Nhưng chắc là thi sĩ muốn gọi Mùa thu quê nhà bằng "Em" một cách ngọt ngào thân thương. Phải, mùa thu nơi đất khách đã gợi cho người con xa xứ nhớ về mùa thu cố quốc. Bao nhiêu năm sống kiếp tha hương là bấy nhiêu năm "vun dày" nỗi nhớ. Nỗi nhớ trầm tích hóa thành "vạn kỷ sầu". Mà "sầu","buồn", "nhớ" chẳng phải là "tương tư"? Một nỗi tương tư "rất ướt át" và "rất thơ". Nhưng nỗi tương tư kia chắc chắn sẽ được "hóa giải" bởi "cố hương/ xa vạn dặm" nhưng "em/ đâu phải nghìn trùng". Một ngày nào đó Anh sẽ về bên Em dù ở kiếp "luân hồi". Một kết thúc buồn nhưng lại phù hợp với tâm tư của người sống kiếp tha hương,

"Cố hương xa vạn dặm
Em đâu phải nghìn trùng"
… Giọt thơ rơi…rơi hay là giọt thu rơi… Chắc là … GIỌT TƯƠNG TƯ rơi! Tuệ Mỹ đã comment trên status fb @Hien Le Sept. 17th, 2019

CẢM NHẬN CỦA NHÀ THƠ ĐẶNG HIỀN

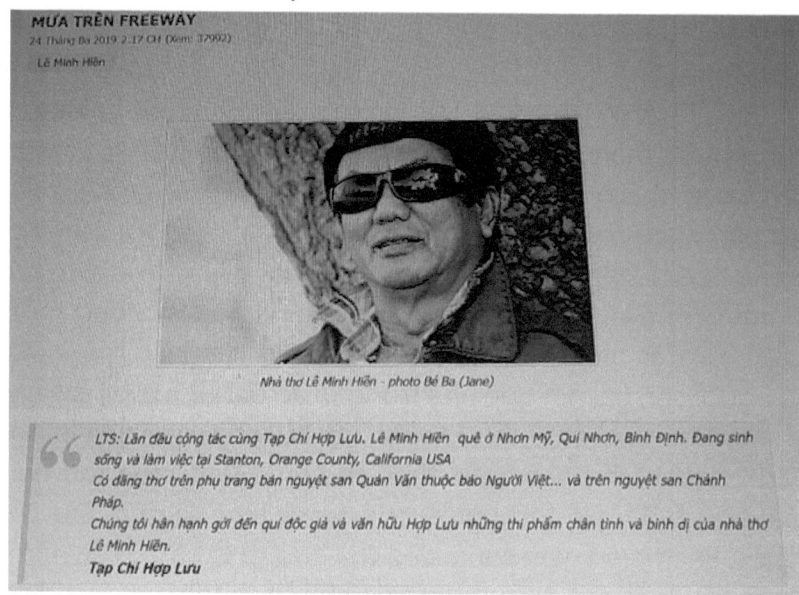

https://hopluu.net/a3233/mua-tren-freeway

3 BÀI THƠ
GỬI ĐI VÀO MỘT CHIỀU XUÂN...

"Ba bài thơ đưa tác giả vào làng thơ!... Nhà văn Phạm Quốc Bảo Email hồi âm cho Lê Minh Hiền sẽ cho phát đi trên Phụ trang Bán nguyệt san Quán văn, Nguoi Viet Daily News in Little Saigon South California do anh chủ trương ngay trong tuần, chỉ tức khắc sau khi tác giả send Email vào một chiều xuân (Friday December 9th, 2016) cho anh! Thanks Anh!, Người đưa tôi vào làng thơ ca hải ngoại...!"

WEDNESDAY, DECEMBER 14, 2016 - NGƯỜI VIỆT - QUÁN VĂN 7

Thơ LÊ HIỀN

hương hoa

anh muốn ôm em từ phía sau
cho hơi rất ấm lan qua ngực
em ngước nhìn anh cười rất ngoan

anh muốn ôm em từ phía sau
cho hương trinh nữ len nhè nhẹ
từ cổ em cao vương tóc dài

anh muốn ôm em từ phía sau
cho hai tình thể tan thành một
mây ngàn gió núi một cơn mưa

ngơ ngẩn

ngất trời ngốn ngộn thiên nhiên
tròn hồng trắng mịn thơm miền ngọt ngây
lượn dài xuống cõi gọi mời
đường cong thế ngọc chân dài hoang sơ
tình câu tôi nhịp lơ mơ
hồng trần cũ kỹ sững sờ trùng sinh
dạo này tình thế bất minh

nửa đêm nhớ thủa nguyên trinh địa đàng
bàng hoàng... gặp gỡ... bàng hoàng
xa em vườn cũ ngỡ ngàng vườn nay...

anh đi

...họa với đại ca Bùi Giáng,
bạn già láng giềng xứ Quảng.

anh đi một thế kỷ sau
trăng Tây phương, nhớ một màu... lầu hoang
ta về buông xả thong dong
hoa rơi vô vọng bên dòng suối mơ

có xót xa, có hững hờ
đưa xe đổi hướng ngồi chờ đèn lên
đầy bon chen, xứ đất lành
đây hồn chìm Việt, nhớ mình mênh mang
hồ trường nam tử xênh xang
từ thiện cổ, gái đẹp thường... làm thinh
lao đao ngày tháng linh tinh
dài trang năm cũ nét hình một mai.
(Stanton, California 2016)

THAY LỜI NGỎ

Tản văn Lê Minh Hiền

XÓM CỔNG QUÊ NGOẠI CÒN ĐÓ MÀ ĐÃ MÙ SA

Chiều chiều ra đứng ngõ sau
Trông về quê Ngoại ruột đau chín chiều... (Ca dao)

Cầu Đôi Quinhơn 1957

    Tôi có rất nhiều kỷ niệm đẹp với Quê Ngoại. Tôi sinh ra, sống những ngày tháng đầu đời ở Xóm Cổng, Quê Ngoại. Quê Ngoại tôi thanh bình lắm! Hơn 30 năm định cư ở xứ người, khác tiếng nói, khác màu da, khác sinh hoạt văn hóa, khởi đi từ lúc còn lạ nước lạ cái đến hôm nay, quá đủ lâu để nên cố quận, nhưng những kỷ niệm thuở ngày xưa còn thơ ấu ấy ở Quê Ngoại ngày càng vừa vời vợi mờ xa, vừa rõ ràng hơn bao giờ hết trong tâm hồn tôi. Những hình ảnh thân thương bên Ngoại càng ngày càng lắc, càng đầy trên con đường dài lần theo dòng thời gian của một đời người... Cái cảnh thanh bình ấy mỗi khi nhớ về, tôi lắng nghe tiếng lòng mình rung lên những xao động khôn cùng lạ thường: *"Xóm Cổng... Xóm Cổng Quê Ngoại ngày xưa, cái tên mộc mạc..."* (trong bài thơ Xóm Cổng Quê Ngoại ngày xưa). Tâm hồn tôi được ươm mầm lãng mạn thơ ca từ dạo ấy, cho đến một ngày, ở tuổi vào chiều, tôi trở thành... một người làm thơ. Trong 10 năm qua, dòng thơ tôi, không tham, không sân, chỉ đầy ắp một hồn thơ si mê yêu thương, và thăng hoa ở những bài thơ mang nỗi ám ảnh Freud chưa bao giờ thỏa mãn vì hợp mà tan, luôn đến rồi đi qua hình ảnh giai nhân mộng mị, nõn nà, non mọng của những cô gái đã và đang đi qua đời tôi tùy duyên!, *"...Cho tôi xin hương vị em thơm ngọt / thoảng nhẹ rất gần dưới vạn ánh sao đêm..."* (trong một bài thơ). Tôi đi tìm mãi vẫn không đặt nổi cho mình một bút hiệu, và tôi quay lại dùng chính tên mình, Lê Minh Hiền, làm bút hiệu cho đến nay và chắc chắn mãi mãi, thầm tự nhủ như một thái độ cảm ơn chính mình, một đời phiêu dạt với những mộng ước không thành, và thầm tự nhủ như là một thái độ cảm ơn đến Ba Má, Ông Bà — những bậc sinh thành đã từng trải qua những phận đời khác nhau, nhưng tựu trung luôn luôn canh cánh trong lòng những nỗi lo toan dành cho con cháu...

.

Quê Ngoại tôi mang một cái tên thật mộc mạc là Xóm Cổng. Từ thành phố Qui Nhơn ngược hướng biển ra ngoại ô khoảng vài dặm, vừa qua khỏi chân Cầu Đôi, ngay bên phải là một con đê nhỏ chạy ngang qua Xóm Cổng về hướng Gò Bồi, huyện Tuy Phước. Xóm Cổng nhỏ bé, vài chục nóc nhà nằm bên phải chân con đê ngăn đôi một vùng sông nước bao la, như một cái cù lao nhỏ. Nhà Ngoại ở đầu xóm. Gió từ ngoài sông thổi vào Xóm Cổng quanh năm, bốn mùa không ngừng nghỉ.

Trước khi chạy vào xóm nhỏ, lũ gió ghé vào sân nhà Ngoại chơi trò trốn tìm cả ngày lẫn đêm trên những tàu lá dừa. Những cây dừa với những buồng dừa nặng trái có màu nâu vàng hườm như màu trái dừa xiêm nhưng to như những trái dừa thường. Có lẽ nào là giống dừa thường lai xiêm! Vì vậy mà nước dừa nhà Ngoại tôi vừa nhiều nước vừa có mùi thơm mát, có vị ngọt thanh tôi chưa từng gặp lại ở bất kỳ nơi nào khác! Ký ức về lũ gió chơi trò trốn tìm lao xao trên những tàu dừa trong sân nhà Ngoại tôi ngày nào, tôi mang theo suốt đời mình! Hồi mới qua định cư ở Mỹ, vào những ngày cuối tuần, Ba tôi — người bảo lãnh cả nhà qua Mỹ — hay lấy xe hơi chở cả nhà xuống biển Huntington Beach, South California chơi. Đi trên bãi cát trắng, biển xanh, ngay giữa nắng vàng hè về, nhưng gió biển lạnh buốt sao lại bất chợt gợi trong tôi nhớ về những cơn gió nồm miên man nơi miền sông nước Quê Ngoại! Những thoáng nhớ ấy, tôi mơ hồ nghe hồn mình lạc lõng vô cùng nơi quê người, cách xa Quê Ngoại nửa vòng trái đất, bên kia đầu bờ biển Thái Bình Dương!

.

Nhớ rõ làm sao như hôm qua trong bộ nhớ dài hạn rất bền của tôi, những ngày xưa tôi còn bé xíu ở nhà Ngoại. Yêu làm sao những xế chiều về, Dì Út Tám tôi trải chiếu trước hè cho tôi nằm chơi, còn Dì ngồi cạnh đan lưới đánh cá. Hạ vàng ươm mật, và gió ngoài sông thổi vào mát rượi. Và cứ vậy, những cơn gió nồm yên ả ru tôi vào giấc ngủ lúc nào không hay. Đến khi tôi thức giấc thì đêm đã khuya. Ngoài sân, màu sáng trăng trong vắt thủy tinh nhuộm vàng cả không gian. Lũ gió nồm vẫn không thôi từ ngoài sông chạy về, nghe như chúng muốn thì thầm bên tai tôi một chân lý vĩnh hằng vừa sâu lắng vừa đơn giản về ý nghĩa hạnh phúc đời người của những con người an phận sống đạm bạc ở một vùng quê yên bình này. Những lúc đó, bao giờ tôi cũng thấy Ông Bà Ngoại tôi đang ngồi uống trà nói chuyện trong gian nhà giữa. Dì Tám chắc đã bỏ đi xuống nhà dưới, còn Cậu Bảy Ởi chắc đi chơi đâu đó trong xóm vẫn chưa về. Ông Bà Ngoại tôi có tất cả 4 người con, từ Má tôi là chị cả thứ tư, tên là Ơi, rồi tới Dì Năm Quới,

Cậu Bảy Ời, Dì Út Tám Hử. Tôi không nghe nói gì về người con thứ hai, thứ ba và thứ sáu, có lẽ họ mất từ hồi còn rất bé chăng? Ông Ngoại tôi, như bao người dân quê chất phác muôn đời thuở xưa, hay có cái quan niệm đặt tên cho con cái sao cho nghe bình dân, thậm chí xấu xí, để đứa bé không bị cõi trên quở làm ốm yếu, để chúng nhanh ăn chóng lớn. Nên Má tôi, các Dì và Cậu tôi mới có những cái tên lạ lùng như vậy!

Với Ông Ngoại, tôi có một kỷ niệm rất ấn tượng dù chỉ nghe từ Má tôi hay kể lại. Số là, vài ngày sau khi sinh ra tôi ở bệnh viện Đa khoa Qui Nhơn, chính Ông Ngoại tôi đã chèo xỏng nhỏ rước Má và tôi từ Cầu Đôi về. Hồi ấy, con đường đê nhỏ từ đường cái quan chạy ngang nhà Ngoại còn rất hẹp, chỉ vừa đủ cho hai người đi ngược chiều nhau, và ngoằn ngoèo uốn lượn quanh co, không thể dùng phương tiện xe bốn bánh để di chuyển, kể cả xe lam rất phổ biến thuở ấy. Đã vậy, tôi ra đời vào giữa mùa mưa, loại đất thịt đắp nên con đê thường sau một cơn mưa lớn nhanh chóng biến dạng, trở nên nhão nhoẹt rất khó đi, nên Ông Ngoại tôi phải đưa Má và tôi về bằng đường sông. Và tôi không thể không kể lai lịch tấm hình minh họa bên trên tản văn này vì đâu tôi có. Tấm hình ghi nhận cả một vùng sông nước với dãy núi xa xa, khởi đầu cận cảnh là Cầu Đôi. Có cái tên Cầu Đôi, một địa danh cửa ngõ dẫn vào thành phố Qui Nhơn, là vì một bên là cây cầu đường cái quan, song song là cây cầu đường tàu lửa bên kia. Tấm hình do ai đó đã chụp, không phải của người thân tôi. Vậy mà có một trùng hợp kỳ lạ là cũng vào mùa mưa năm 1957, có ghi rõ bên dưới tấm hình, là năm tôi khởi sự có mặt trên cõi người ta này, có cả con đê nhỏ và còn lạ lùng biết bao, trên sông còn có một chiếc xỏng nhỏ do một người nào đó đang khua chèo như thể Ông Ngoại tôi đang khua mái chèo năm xưa đưa Má và tôi về nhà Ngoại vậy. Tấm hình này xuất hiện trên fb một người tôi quen biết ở Khu 6, trong thành phố Qui Nhơn, nơi tôi đã trải qua một thời kỳ tuổi thơ sau vài năm đầu đời ở nhà Ngoại, mãi cho đến sau 1975, gia đình tôi dọn về quê Nội. Tấm hình tôi tình cờ có được sau khi định cư ở Mỹ ba năm, như một ơn trên gửi tặng tôi, như một kỷ vật quý báu nhất đời tôi, tôi có nằm mơ cũng không thấy! Tôi phóng to ra và treo trang trọng ở phòng khách như mang theo bên mình một trời Quê Ngoại tôi nơi xứ người!

.

Hồi ấy, mỗi lần về thăm Ngoại, đi trên con đê nhỏ nghe gió lớn thổi ù ù hai bên tai đến nỗi chúng tôi phải nói to mới nghe nhau được. Đường về nhà Ngoại qua nhiều cái cống nhỏ, tôi thích lắm mỗi khi dừng chân đứng xem nước chảy ào ào qua mấy cái cống xả nước làm bằng cây này. Nước chảy qua những cái cống trông thật dữ dội. Ký ức về chúng thật ấn tượng đến nỗi mặc dầu sau này lớn lên phiêu dạt sông hồ khắp nơi, rồi sang Mỹ, đi khắp thế giới, từng có dịp đứng trước những cái thác lớn, là những kỳ quan thế giới, lòng tôi pha trộn nhiều cung bậc cảm giác khác nhau, song vẫn không tìm gặp lại cảm giác ấn tượng như khi bước qua mấy cái cống nhỏ quê Ngoại, nghe trong lòng vừa sợ vừa thích thú lạ lùng! Quê Ngoại tôi có cái tên là Xóm Cổng, phải chăng do phát âm trại ra từ chữ "cống" của những cái cống xả nước qua lại này chăng?, *"...những cái cống xả nước lên xuống nghe nước chảy ào ào trông dữ dội! / tuổi thơ sợ hãi ngập ngừng khi đặt bước chân sang..."* (trong bài thơ Xóm Cổng Quê Ngoại ngày xưa)

.

Bây giờ, Ông Bà Ngoại đều đã qua đời, cả Cậu Bảy Ời tôi đã mất lúc vừa qua tuổi trung niên, không phải trong mùa chinh chiến điêu linh trước 1975 mà vì căn bệnh trầm cảm vài năm sau đó, bắt nguồn từ phận nước đổi thay, Cậu Bảy Ời tôi phải sống những ngày nghèo khổ và bất đắc chí. Đâu đây trong tôi vẫn còn hình ảnh Cậu Bảy Ời và ngón đờn vọng cổ nghe thật mùi, thật tha thiết, một con người có tâm hồn nghệ sĩ như con ve sầu chỉ thích ca hát suốt mùa hè! Còn Dì Út Tám lấy chồng là cán bộ Xây Dựng Nông thôn. Sau 1975, Dì theo Dượng Hạt về sinh sống ở quê chồng tận ngoài Tỉnh Giang, thuộc huyện lỵ Tuy Phước, cách Qui Nhơn vài giờ đi xe máy. Dượng Hạt, chồng Dì, mất mười mấy năm trước trong một cơn tái phát đột quỵ bất thường lần thứ hai trên đường đưa đi vào Qui Nhơn cấp cứu. Con cái Dì đã khôn lớn, đứa nào cũng trưởng thành, có gia đình riêng, và sự nghiệp vững vàng. Tôi hay gọi video fb call về thăm Dì. Trong lần gọi vừa rồi, tôi hay tin Dì vừa qua một cơn đột quỵ như Dượng Hạt nhiều năm trước. May mà cứu chữa kịp thời, nhưng di chứng là miệng Dì hơi méo một tí. Mấy chị em tôi cùng góp tiền gửi về cho Dì. Dì nói sẽ dùng mua thuốc uống hàng tháng, cũng tốn kém khá nhiều. Và buồn nhất, chung quy vẫn là Xóm Cồn không còn như những gì tôi hay mơ màng hồi tưởng. Vô thường biến đổi, từ cảnh đến người. Đã có một con đường hai chiều đủ rộng cho xe lớn chạy ngang, thay con đường đê nhỏ, chạy mãi ra tận các huyện lỵ về hướng bắc. Nhiều phần sông đã được bồi lên thành những khu dân cư. Đến nỗi nghe tụi em tôi về Việt Nam thăm chơi, tìm về Quê Ngoại, chúng nó kể lại nếu không có tụi nhỏ con Cậu Bảy Ởi dẫn đi, không khéo chúng nó lạc đường mất.

.

Hai đứa con gái tôi sinh ra ở một phố nhỏ cách không xa phố chính Little Saigon, thuộc Quận Cam, South California, một khu thương mại của cộng đồng người Việt nổi tiếng ở hải ngoại. Tuổi thơ của chúng không sống gần gũi thiên nhiên sông nước thanh bình như tôi ngày xưa còn thơ ấu ở Xóm Cồn Quê Ngoại, mà giữa một phố nhỏ vật chất dư thừa. Dẫu vậy, bù lại tôi biết dành cho chúng một tình yêu bao dung nhất, một vốn kiến thức quê hương nhiều nhất có thể của một người Bố bản chất vốn đầy ắp tình tự quê hương! Trước khi đến tuổi vào trường nhập học của hai bé, tôi đã bắt đầu dạy chúng học tiếng Việt. Nhờ vậy, hai đứa con tôi đọc thông viết thạo tiếng Việt, và khi nào quây quần trong nhà, cả nhà tôi chỉ nói với nhau bằng tiếng Việt như một gia đình người Việt ở trong nước. Ngoại cảnh có khác: Quê Ngoại và ở Mỹ, nhưng tình người thì muôn thuở vẫn như nhau. Ngoại cảnh chỉ là phương tiện chuyên chở tình người đến những bến bờ hạnh phúc. Nhìn con, lòng tôi bồi hồi nhớ lại mới ngày nào Bà Ngoại tôi hay nói nửa đùa nửa thật,"*Chừng nào con lấy vợ hử* con, Hiền...", mỗi khi Bà gánh cá đi xuống Chợ Lớn Qui Nhơn bán, tiện chân ghé thăm các cháu.

.

Tôi giờ đã hơn nửa đời người, tuy lập gia đình có muộn màng, nhưng may mắn đang hạnh phúc với những gì mình đang có. Bé lớn Jen vừa tốt nghiệp Master of Psychology, bé ba Jane đang theo học năm thứ ba ngành văn học nghệ thuật. Còn nhớ, lúc lên ba, hai bé đã biết hát suốt ngày, nhạc Việt có, nhạc Mỹ có, song tôi thích nhất bài Em lễ chùa này, Phạm Duy phổ nhạc từ bài thơ Chùa Hương của Nguyễn Nhược Pháp. Tôi hay nói đó là bản ruột của chúng. Chúng còn đọc được một đoạn ngắn trong bài Tôi đi học của Thanh Tịnh, "Mỗi năm cứ độ cuối thu, lá ngoài đường rơi nhiều và trên không trung có những đám mây bàng bạc, Bố Mẹ tôi dắt tay tôi đi học, đi chơi... Yeah!". Không biết nó nghĩ sao cứ mỗi lần kết thúc đoạn văn trên, con bé không bao giờ quên giơ hai tay lên hô "Yeah" một tiếng, như để nhấn mạnh một cách hào hứng đã hoàn thành một nhiệm vụ được giao cho. Hai con tôi còn thuộc cả một bài học thuộc lòng tôi đã học từ hồi còn ở bậc tiểu học. Bài học thuộc lòng có vần điệu nhịp nhàng và đầy hình ảnh làm tôi mãi mãi không quên:

Kỳ nghỉ hè
Ta về quê
Nhà ta ở
Mé bờ đê
Ở nhà có
Bố mẹ ta
Ông và bà

Quý ta quá
Khi thư thả
Ta ra đê
Đi thả bê
Nghĩ là thú.

.

... Nhớ lại, sau 5 năm định cư ở Mỹ, vào mùa mưa năm 1997, những mốc sự kiện của đời tôi luôn xảy ra vào mùa mưa, đúng 40 tuổi đời, sau một đêm buồn nẫu ruột trong phòng riêng của mình share với một gia đình nọ, sáng hôm sau tôi đi mua vé bay về Việt Nam quyết tâm việc lập gia đình. Trong suốt thời gian về Việt Nam, tôi trọ ở nhà từ đường do Ba tôi xây nên, sau giao cho Chú Sáu tôi trước khi cả nhà tôi sang Mỹ. Hai làng Nội Ngoại tôi sát cạnh nhau, cùng một xã, ở ngoại ô thành phố Qui Nhơn. Tôi hay ghé về nhà Ngoại, lúc này còn Mợ Bảy Ởi sống cùng gia đình thằng Phúc, con trưởng nam. Tôi nhớ hoài buổi chiều hôm ấy, sau đám cưới vài ngày... một chiều mùa đông trời âm u và mưa đang rơi. Cảnh tượng thật thân thương quen thuộc một vùng sông nước Quê Ngoại nơi tôi đã từng sống qua những ngày tháng thơ ấu mà tôi thường nhớ lại da diết qua những năm tháng ở Mỹ... Mợ Bảy tôi dẫn tôi và vợ tôi ra thăm mộ Bà Ngoại. Trên đường ra mộ, mưa vẫn rơi đều đều, làm mặt sông rỗ chằng chịt. Trời lành lạnh, giữa sông có một chiếc xồng nhỏ, một người đàn ông khoác một tấm áo che mưa kết bằng rơm vẫn bình thản buông lưới. Trời âm u hơn, mưa nặng hạt hơn, nghe lạnh hơn và gió sông mang theo nước mưa tạt vào làm chúng tôi thật khó khăn lắm mới thắp được mấy nén nhang. Vợ tôi bên cạnh, tôi cầm nhang khấn vái, thầm nhắc lại với Ngoại chuyện xưa ngày nào. Nước mắt tôi rưng rưng nhưng nhanh chóng bị những hạt nước mưa làm nhòa đi.

.

Ở mộ Bà về thì mưa đã tạnh, trời sáng hẳn ra. Tôi khoan khoái hít thở lại cái mùi mằn mặn, nồng nồng quen thuộc của thứ nước lợ Quê Ngoại và mùi thơm thơm nhè nhẹ của loại rau câu do ai đó vừa vớt từ dưới sông lên còn để lại trên mặt đường đê, và lại được dịp nhìn thấy thật nhiều con còng nho nhỏ nhiều màu đỏ, vàng trên bãi cát bên dưới chân đê, cạnh mép nước với những cái càng mập ú đang ùa nhau lủi xuống những cái lỗ hang nhỏ khi nghe tiếng bước chân chúng tôi từ xa... Gần về tới cổng nhà Ngoại, tự nhiên gợi tôi nhớ lại hình ảnh Bà Ngoại nhỏ bé, già nua của tôi đứng trước cổng nhà vẫy tôi theo Bà dẫn đi ăn bánh xèo ở cái quán nhỏ cuối xóm. Tôi sinh ra đời vốn thể chất rất tệ. Má tôi kể, lúc lọt lòng, tôi cân nặng chỉ 2 kí rưỡi, ốm đau quanh năm làm khổ Má tôi không ít. Đã vậy, hồi ấy Ông Bà Ngoại tôi mới có 2 đứa cháu là chị Hai Hằng và tôi, các Dì và cả Cậu Bảy Ời còn chưa lập gia đình, nên Bà Ngoại càng cưng chiều thằng cháu Ngoại đầu lòng là tôi. Các Dì, Cậu tôi hay bị Bà la oan hoài mỗi khi tôi khóc nhè không cần hỏi nguyên cớ vì sao.

.

Cuộc đời Bà Ngoại tôi thật tội nghiệp! Suốt một đời tảo tần lo cho con, nhất là lo chuyện vợ con cho Cậu Bảy Ời, vì Cậu là con trai duy nhất, còn riêng Bà có mấy ngày vui! Ngày ngày từ mờ sáng Bà tôi đã quẩy đôi quang gánh đầy cá mang xuống bán ở Chợ Lớn Qui Nhơn. Bà qua đời sớm ở tuổi 50 chỉ vì một chuyện không đâu, do ăn cá nóc bị ngộ độc, loại cá rẻ tiền song thịt loại cá này rất ngon, nhưng nếu khi làm thịt vô ý làm dập mật thì rất độc! Mỗi lần đến ngày giỗ Bà tôi, nhìn ảnh thờ của Bà, tôi hay tự hỏi sao trông Bà móm mém già nua đến thế ở cái tuổi như vậy!, *"...Rồi Bà qua đời sau một tai nạn bất ngờ ở tuổi ngoài 50, / sau một đời bươn chải mua gánh bán gồng những con cá con tôm từ con sông quê"* (trong bài thơ Xóm Cổng Quê Ngoại ngày xưa)

.

Đông qua Xuân lại, Hạ vàng Thu rơi, dòng thời gian vô cùng trôi đi mang theo ba phần tư đời tôi đến nay ở một đất nước xa lạ đủ lâu đã nên cố quận mà nghe sao hồn mình vẫn không có gì thay đổi. Dạo này, chợt phát hiện mình hay dễ xúc động bất kỳ lúc nào chỉ vì một chuyện buồn tha nhân không liên can gì đến mình. Tôi còn hay lẩn thẩn tự nghĩ, dù phận đời người có vô thường, nhưng ở nơi ấy dù có tôi hay không, nước dưới chân Cầu Đôi vẫn cứ trôi xuôi từ thượng nguồn về ngang qua Xóm Cổng ngày xưa đã từng có Bà Ngoại, Ông Ngoại, các Dì, có Cậu Bảy Ởi với ngón đờn 6 câu vọng cổ, và có cả tôi ngày xưa còn bé xíu, trước khi chảy ra cửa biển Thị Nại, đổ ra biển cả Thái Bình Dương — và biết đâu không chảy ngang qua cả nước Mỹ này?

.

Nhưng có một điều chẳng lạ lùng gì: tôi mãi mãi vẫn không nói lưu loát được thứ tiếng phương xa này, khác với thứ tiếng Mẹ đẻ ngày xưa còn bé tôi đã bắt đầu bập bẹ tiếng nói "ba... ba..." đầu đời trong ngôi nhà Ngoại tôi. Quê Ngoại thân thương của tôi, với những cơn gió nồm trưa hè hay đêm trăng vàng ươm mật, đã từng một thời xa xưa như trong cổ tích vuốt ve tâm hồn tôi, ươm gầy tâm hồn tôi nên một thi nhân. Và thật sự bồi hồi tiếc nuối làm sao: Quê Ngoại còn đó mà đã mù sa rồi... thật sự mù sa... đâu là Xóm Cổng Quê Ngoại của tôi một thuở ấu thơ!, "... *Xóm Cổng... Xóm Cổng ngày xưa, cái tên mộc mạc / nơi có những con người quanh năm an phận / cái xóm nhỏ đầy ắp yêu thương có Ông, Bà, Cậu, Dì và bà con quanh xóm / nhớ những đêm trăng lộng gió trên những tàu dừa trước sân / ngày xưa, ngày xưa... / Xóm Cổng còn đó / mà đã thật sự mù sa!*" (trích trong bài thơ Xóm Cổng Quê Ngoại ngày xưa) *(3:55 mờ sáng)*

Stanton California – Mar. 2003 – May 18th, 2025
(P/s, "Chừng* nào con lấy vợ hử* con, Hiền..." — phương ngữ Bình Định)
Lê Minh Hiền

PHẦN 1

THƠ

XÕA TÓC

(Suối Tóc của Thầy, NAG Thái Đắc Nhã, 1949-2023)

Không em áo mỏng tóc thề
không em mây giận đi về tai nương*
lắng nghe hạ ghé phố phường
bâng khuâng rêu phủ trên tường mốc xanh

.

Tuổi xanh mắt biếc long lanh
tuổi này xõa tóc trên nhành tay khô
xạc xào ngày tháng lơ ngơ
dường như tóc rụng xuống bờ thời gian

.

Vô thường lạc động thần tiên
nốt huyền rậm rật trên triền ngực thơm
trăm năm đậu lại một đêm
hồn say mông mọng bên cồn lai sinh

.
Chân dài khép lại hồn hoang
giang hồ lãng tử ta chừng chồn chân
mưa mây rớt hột khe nguyên
thu đi tóc rụng thương mình ngu ngơ
.
Dường như hồn dạt vô cùng
dường như có tiếng vô thường đâu đây
vàng rơi hoa rụng gót hài
không em thu hẹn nguyên hoài kiếp sau *(5:57 sáng)*
Stanton, Little Saigon California Mar. 2017 – Apr. 11th, 2025
*...Tai nương nước giọt mái nhà/Nghe trời nằng nặng, nghe ta buồn buồn (Buồn đêm mưa trong Lửa thiêng, Huy Cận 1940)

MƯA & EM *(2016)*
(Cơn mưa nửa đêm...)

Mưa
ngàn năm về qua phố quận
Em
trăm năm về qua đời ta
Ta
nửa đêm thức giấc nghe mưa rớt
thân ở trời tây thấy chớp nhoáng chợt phương đông
.
Mưa
ngàn năm như vô cảm
Em
trăm năm đẹp chiêm bao
Ta
hồn như trinh nữ xuân xanh xót
cũ càng khe mộng gánh giang hà trót vấn vương
.
Mưa
ngàn năm buồn không nói
Em
trăm năm thích làm thinh
Ta
hoang hồn chiều ga vắng
kìa chân dài kiêu sa
lại mỉm cười độ lượng
bài thơ buồn như mưa

Stanton, California 2016 - Oct. 14th, 2018

MƯA & EM *(2021)*
(Cơn mưa nhỏ đầu mùa về giữa khuya...)

Mưa
vẫn ngàn năm buồn không nói
Em
vẫn trăm năm biền biệt qua đường
Ta
vẫn ngày đi năm lại vô thường
thân qua phố thị hồn hoài ngu ngơ
mưa không tuổi mưa vô tư
em thì tiền kiếp trong giấc ngủ chiều tàn thu
khuya nay có cơn mưa đầu
sáng ra gặp lại vẫn một một màu quan san
Em, ta chờ mãi chờ hoài
có khi tưởng đó, thức từng đêm mình ên đây một mình
.
Mưa
vẫn ngàn năm chung thủy
em
vẫn khởi sự như mơ
ta
vẫn cô đơn màu dang dở
tan rồi đời vẫn trên dòng thơ dáng huyền

Stanton California Oct. 24th, 2021

TƯƠNG TƯ THU

Sớm...
bước xuống
dường như
thu
nguyên mùa vàng mới
trong tinh mơ
nghe lành lạnh
tràn về
.
Nhớ quá chừng
em
nóng hổi
ngọt thơm
anh
ôm trọn ngu ngơ
về thơ dại
.
Chút mỏng buồn
vun dày
theo ngày tháng
mộng tàn canh
thương tiếc vạn kỷ sầu
.
Cố hương
xa vạn dặm
em
vừa đó nghìn trùng
thu
có về sáng nay
anh
rồi cũng
bạc đầu

Stanton California Sept. 2019 - Aug. 14th, 2023

MƯA TRÊN FREEWAY

Rẽ phải entrance nhập vào freeway*
xe tôi bỏ lại sau lưng
quá khứ
những trạm xăng
những liquor**
những con người đồng hương
những phố nhỏ trên xứ người đã nên cố quận:
Stanton, Garden Grove, Westminster, Santa Ana...

.

freeway! freeway!
trời sắp mưa trên freeway
không gian bốn bề
mây đen tàn bạo

.

nhớ ngàn năm xưa
nhớ thuở nguyên sơ
ta người tiền sử
trần truồng
ngu ngơ
sụp lạy bão tố kinh hoàng cuồng phong thịnh nộ

.
mưa! mưa! mưa!
mưa đang rơi trên freeway
mưa xối xả đập vào mặt kính xe
cái gạt nước hối hả như quả lắc thời gian
hiện ra lạc lõng tôi bên vô lăng
vẫn còn nguyên cảm giác hãi hùng thời hồng hoang
từ một phận người bé mọn
ôi thiên nhiên! thiên nhiên kỳ lạ!

.
không còn mưa
xe rẽ xuống exit***
trả tôi về con đường Bolsa
phố nhỏ Sài Gòn****
sau cơn mưa vừa ngớt
đêm yên bình
và lòng cũng bình yên (6:22 pm)

Stanton California Feb. 22nd, 2019
*freeway: đường cao tốc
**liquor: tiệm tạp hóa:
***exit: lối ra, rời khỏi freeway xuống đường thường
****phố nhỏ Sài Gòn: Little Saigon, mệnh danh là thủ đô của người Việt Hải Ngoại ở Nam California
(P/s, Bài thơ đầu tiên góp mặt trên Hợp Lưu)

EM QUI NHƠN
(Nhớ Người Áo Vải)

Phố xanh gầy phố nhỏ hiền ngoan
mây hôn hoàng và biển ngọt vây quanh
Người Xưa xa hai trăm năm trước
tiếng em cười nhớ lại một mùa Xuân
.
Phố chuyển mùa thuyền lướt ra khơi
từ thượng đạo nước xuôi ra Thị Nại
chiều mưa giông về được mùa cá bạc*
trăng vàng lên ai say mộng ban đầu
.
Phố chiều thơm mùi gió biển xa
về rối tóc vờn bờ vai con gái
chút vô tình đôi mắt em khép nhẹ
ta suốt đời khờ dại tuổi đôi mươi
.
Em năm xưa và em hôm nay
em bao giờ và em của ngày mai
ngày biển động qua thăng trầm mấy thuở
em Qui Nhơn nguyên vẹn mới liêu trai

.
Hồn nguyên sơ trăn trở phôi pha
cuối con đường vẫn bất chợt ngu ngơ
giọt long lanh đọng hoàng hoa mấy độ
nụ hườm non trái chín mọng sương mờ

.
Hồn viễn xứ hay mơ hồi cố quận
em Qui Nhơn vai nhỏ vướng tóc thề
ngày ta về dậy men màu kỷ niệm
trăng vàng lên sẽ kịp lối đi về**

.
Phố xanh gầy phố nhỏ hiền ngoan
em Qui Nhơn đêm chờ ai không ngủ
ta cúi đầu nhớ lời Người Áo Vải
về Thăng Long mở hội đón Xuân vàng *(10:26 khuya)*
Stanton California 2020 – Jan. 29th, 2024
*vào tháng 9 chuyển mùa hay có mưa giông chiều cũng là mùa cá nục biển Qui Nhơn
** Thuyền ai đậu bến sông trăng đó/Có chở trăng về kịp tối nay (thơ Hàn Mặc Tử)

THUỞ ẤY LÁ HOA CỒN*

(Tưởng nhớ Sư Phụ Bùi Giáng!, Dec. 17th,1926 - Oct. 7th,1998)

Một mai ai chớ* một mai...
chút duyên tương ngộ ta hoài mùa nguyên thu
em đi còn gợn vòng đau
cõi-người ta dợm bước qua mặt hồ sầu tồn sinh
dáng liêu trai nét trinh ngoan
từng đêm đứt khúc giấc nghê thường hoàng hoa
ngực non tóc vờn môi xưa
thôi đành buông xuống bên mù sa đôi bờ
chiều xưa tinh thể trăng sao
chiều nay sóng bạc lao xao mặt hồ đời
phím nằm qua mười ngón hoang hoài
bài thơ dang dở cũng mây trời xác xơ

yêu ai lỡ nhịp cầu mơ
chút duyên vương lại trên cành mồ cuồng say
dưới mái Tây hiên đợi nắng xuống vai
một mùa đông... sẽ một mùa vui hay buồn
người đi... người đi... hồn còn loang-
loáng qua cõi thực qua triền hư không
ta nay cát bụi hạ vàng
lá hoa cồn*, lá hoa cồn... từ độ mưa nguồn ngàn hoa
nhớ đêm em giữ áo mù sa*
cởi quần phong nhụy cho ta tà huy bay* *(1:12 chiều thứ 7)*
Stanton California Oct. 26th, 2024
*Lá hoa cồn (tên tập thơ Lá hoa cồn xb 1963 của Bùi Giáng)
*Một mai ai chớ bỏ ai/Chỉ thêu nên gấm sắt mài nên kim (Ca dao Bình Định)
*Em về giữ áo mù sa/Trút quần phong nhụy cho tà huy bay (Cảm đề La porte étroite – Gide tặng Sophocle, thơ Bùi Giáng)

LIÊN KHÚC HAIKU (2024)

Nằm ma mị nghê thường
mắt liếc năm ngó tay vuốt dài
chậm trên bờ mông cong
.

Loài hồ ly khỏa thân
ta cuồng si nhìn miệng môi đắng
Rậm rật dòng cường toan
.

Ẻo mông nẩy ngực thơm
em cười liêu trai mùi chí dị
tiếu diện đóa trà mi
.

Trắng hồng đen sợi dài
hạ vàng đêm nâu mắt em huyền
mùa về táo chín ngon
.

Mấy đường cong lạ thường
áo dài mỏng gợn nét thiên nhiên*
cơn mưa mây qua nhanh
.

Chiêm bao đêm hồn hoang
giai nhân ngồn ngộn khuynh thành cũ
người đi... chưa hoàn hồn
.

Trên cánh hoa hồng phấn
giọt sương hoan lạc mộng tàn canh
cời rực dòng dung nham *(5:29 am)*
Stanton, California July 14th, 2024

LIÊN KHÚC HAIKU *(2022)*

Đầu thu trời mát dần
nghe tin bão về qua cố quận
duyên đầu một người thương

.

Mùa thu xưa có lần
gặp một cô bé trên chuyến xe
trái tim biết chụp hình

.

Thức giấc thu vừa tàn
thằng bé của ngày xưa đã già
nguyên vẹn những rung động

.

Sau từng đợt sóng vàng
cuốn theo tuổi trẻ và sắc đẹp
những cô gái lớn lên

.

Thức giấc thu vừa sang
sau giấc mơ ngày xửa ngày xưa
đêm dài như dòng sông

.

Bà mẹ đêm lạnh lùng
trở về với đứa con chiều thu
già đi trong cô đơn

.
Trên con đường gập ghềnh
thấy mình tỉnh thức mỗi sáng thu
ngậm ngùi đời trôi nhanh

.
Dạo nầy hay đổ bệnh
trong giấc mơ đêm qua em về
mùa thu lá vàng dần

.
Vườn sau sương vừa tan
con chó già hình như ngủ rất ít
thu sắp vào giấc đông miên

.
Em như con mèo hoang
tôi mang về khi trời vào thu
im lặng và lạnh lùng *(12:56 pm)*
Stanton California, Oct. 15th,
P/s, Góp mặt lần đầu tiên trên DA MÀU ngày 21.10.2022 - https://damau.org/75268/lin-khc-haiku)

THÈM NỤ HÔN ĐẦU

Em biết không hồn anh mùa đã xế
màu thời gian đổ xuống cội hoa vàng
em con gái dậy thì thơm hương lạ
ngọt môi non xao động cõi người ta
xin một lần một lần mưa đừng tạnh
cho chiều nay còn kịp nụ hôn đầu

.

Em biết không ngày xanh Ngàn mưa hạ
sớm vào yêu xa trầm cảm trường xưa
may có em pha chút màu kỷ niệm
có hiền ngoan có bất chợt ngu ngơ
ai làm thinh hoài nụ cười chợ huyện
lụy Ngàn thương ta quên lối đi về

.

Em biết không tình đầu màu như Phượng
nhuộm hồn hoang dậy sóng những cơn mơ
mưa bóng mây nên chuyện tình dang dở
có một lần... ta làm giận người ta
chia tay Phượng sợi tơ lòng còn vướng
40 năm hồn lạc mộng... tàn canh

.
Em biết không hồn anh mùa đã lỡ
hẹn hò xưa xin trả lại Nguyên Thu
hương con gái phương đông mùi còn đọng
giọt long lanh rơi xuống mái Tây phương
Phượng Hoàng lạ nhớ ngô đồng về đậu
khúc liêu trai gợi thèm nụ hôn đầu *(4:45 pm)*
Stanton California July 2022 – May 15th, 2024

NHƯ MÀU CAFÉ

Café đen có màu đen
café sữa có màu café sữa
(ngôn ngữ nhiều khi thật nghèo nàn)
café bị nén chặt
những giọt café đầu tiên treo nặng... chờ mãi chưa rơi
dẫu thành ly khói mờ sương phủ
ta có quyền yêu
những cô gái quá xinh
(ngôn ngữ nhiều khi thật nghèo nàn)
vì tình yêu
đâu phải là một phản ứng thuận nghịch
ta bắt gặp tình cờ
hàng ngày
đâu đó,
bất cứ nơi đâu
trước khi mơ màng bên ly café
nơi quán quen góc phố.
café trong phin
café bị nén chặt
giọt tình yêu
không rơi xuống
nhưng những bài thơ tình
như những cơn mưa mây đầu hạ
vẫn rơi hoài bất chợt
dẫu đang cuối con đường

vẫn hoài
những chiều vàng mật ngọt sóng sánh mặt nước con sông
như những chiều xưa
thuở còn là một cậu bé hay lơ đảng vì hay cảm nhận
mơ hồ những gì chưa đến
bên bờ sông quê cố quận
một trong ít nhiều ký ức ấn tượng theo suốt cuộc
hành trình dài mà ngắn
một đời người...
café đen có màu đen
café sữa có màu café sữa
như ta và Nhỏ,
một cô gái quá xinh,
rất khác nhau! *(12:12 khuya)*
Stanton California Oct. 01st, 2024

MỘT CÔNG ÁN

Trong bất động
của đêm
dòng thời gian
trôi...
nhớ về
tuổi thơ
tình yêu
hạnh phúc
thú yêu đương
nỗi cô đơn
và chờ đợi những ngày còn lại
trong...
mệt nhoài!
.
Nếu linh hồn bất tử
tôi sẽ biết
tuyệt đối
là gì
một mai khi đã về cát bụi
điều con người chưa bao giờ trải nghiệm trong đời
sống
là một công án
bí ẩn
.
Ở một góc độ khác
là một bài thơ
bi tráng
về thân phận con người
Stanton California Apr. 2019 – Nov. 2023

ANH CHẾT CHO EM COI *(2023)*

Tóc em
Ôi! Tóc em
vờn vai em trần
giai nhân đêm hồng hoang
Ôi! Sóng tóc em nhấp nhô
trôi qua cõi đời anh
hiu hắt hiu buồn
ôi suối tóc
mơ huyền
.
Ngực em
Ôi! ngực em
thơm mùi hoa Quỳnh
thơm lừng khuya nửa khuya
Ôi! nốt huyền ngập ngừng trôi
trên ngực thơm trắng hồng
khe nguồn nguyên trinh
vùng yêu thương
hoang đường
.
Em ngoan
cho anh xin
muôn vạn ngàn lần
gối đầu trên ngực em
em cười nói, "Anh... anh ơi!,
có nghe em nói không"
"Ời! ời! em ơi!
anh chết cho...
em coi" *(8:41 am)*
Stanton California Mar. 2023 – Mar. 23rd, 2025

ANH CHẾT CHO EM COI (2020)

Mắt em
mắt em nhìn
anh, cho tim này
mềm như chưa từng mềm
Ôi! mắt em tròn, to và
đen láy lay lụng là
trông đẹp lạ thường
nên anh thương
vô cùng!
.
Môi em
nụ môi non
Ôi! môi em non
trái đầu mùa ửng hườm
Ôi! môi em ngon ngọt ngon
Ôi! thứ trái chín cây
rụng xuống đời anh
sao không thương?
khôn cùng!
.
Em ngoan
cho anh gối
đầu trên ngực em
nốt huyền trôi ngập ngừng
– Ơi anh ơi! ơi anh ơi!
ôi tiếng em yêu cười!
anh chết cho em
chết cho em...
em coi *(9:37 am)*
Stanton California Aug. 2020 – Mar. 23rd, 2025

CỜI TÌNH

Từ em
dòng nhựa trở mình
rậm rật
trong cõi người – ta
nảy mầm
xanh um
cuối mùa ảo tưởng
.
Từ em
dòng cường toan xung điện
cơn hồng thủy cuồng nộ
những rung động chực chờ phun trào
cơn khôn cùng khát khao
từ bên này bờ đại lục
anh
.
Rõ ràng hiện hữu
một dòng tinh thể sôi sục
những tế bào rạo rực
gập ghềnh trôi...
khe nhỏ hồng hoang
em
khỏa thân
nghê thường

.
Từ em
đêm đen
hồn trắng
cơn mơ không màu
nghe mộng mị
cúi đầu
những nụ hồng phấn
ta
vàng phai cuối chiều
Stanton California 2023
(P/s, bài thơ đầu tiên góp mặt trên T. Vấn & Bạn Hữu do dịch giả T. Vấn chủ trương: https://t-van.net/author/leminhhien/)

BỐ LẠI THẤY PHƯỢNG TÍM NẮNG VÀNG TRONG MẮT CON
(Viết cho mùa Father's Day)

tháng 5 hoa phượng nở
khởi sự một mùa hè
với
phượng tím
nắng vàng
nơi xứ xa
mùa hè không bao giờ lỡ hẹn
qua một mùa xuân hồng
mùa hè đến hẹn
lại về
nơi xứ xa
lại nhớ làm sao những năm tháng nào
nơi cố quận
với
trường xưa
phượng đỏ
tiếng ve sầu
.
Sáng nay bố con mình cùng đưa nhau về Nam California
bố chở con, bé con qua những con đường Beach, Brookhurst, Magnolia, Bolsa
qua phố Anaheim, Stanton, Westminster, Garden Grove, Santa Ana
ghé Little Saigon
đi ăn phở điểm tâm...

và rồi hai bố con chở nhau
xuống biển Hungtington Beach
đầy nắng vàng
vàng hườm chín tới
vàng lụa là
vàng mật ngọt
trong vắt
rơi trên
những tán lá xanh
những phượng tím phớt hồng
đầu mùa
nắng hè rực rỡ
.
Bố lại thấy đáng yêu làm sao
đang lao xao
đang sóng sánh
thật đẹp
thật bình yên
trong đôi mắt con, bé con
những sắc màu
phượng tím
nắng vàng
tháng 5
nơi xứ xa lâu dần đã nên cố quận

Stanton California 2021 - May 03rd, 2024

TỪ NHỎ
thơ song ngữ

Từ Nhỏ là xuân vui
nôn nao chiều cuối năm
sáng mai khoe áo mới
mình đi chùa nghe không!

.

Từ Nhỏ là hạ buồn
tím cả một con đường
man mác từng cánh phượng
đi nhặt về nghe không!

.

Từ Nhỏ là thu ngoan
lá rơi đầy công viên
tóc nhỏ màu rất lạ
cho hồn ta trẻ con

.

Từ Nhỏ là sầu đông
những cơn mưa rất quen
qua phố chiều se lạnh
nhìn nhỏ, ta ngỡ ngàng

.

Từ Nhỏ là xuân vui
Từ Nhỏ là hạ buồn
Từ Nhỏ là thu ngoan
Từ Nhỏ là sầu đông

.

Vắng Nhỏ từ dạo ấy
có còn!, ơi bốn mùa!
ta ngồi đây thơ thẩn
tiếng ai cười như mưa *(6:26 AM)*
Santa Ana California Mar. 11th, 2021

MY LITTLE LOVER WAS
Translated by Jen

My little lover was the happy spring
as the end of the year approached, she felt both
anxious and excited
she was going to wear a new dress the next morning
and we would go to the temple together!

.
My little lover was the sad summer
the whole street in front of her school was lined with
purple
Jacaranda blooms with romantic purple flowers
we gathered them up!

.
My little lover was the very beautiful autumn
fallen leaves filled the park
my little lover dyed her hair a very strange color
to revert my soul to my youth

.
My little lover was the warm winter
the rains was very familiar
blowing through the chilly afternoon of the city
looking at my little lover, I was amazed

.
My little lover was the happy spring
My little lover was the sad summer
My little lover was the very beautiful autumn
My little lover was the warm winter

.
I miss my little lover very much since we broke up
however, there are still the four seasons
I sit here and reminiscing
of the girl whose laugh sounded like falling rain *(8:46 AM)*
Santa Ana California Mar. 12th, 2021

MƯA & EM - 53

ĐÊM XUÂN TUYỆT TẬN

Cõi-người ta
hồn thảo nguyên dạt ngàn
mênh mông xuân sang
chìm ngập trong những sợi nắng đan xuyên nguyên
trinh trong vàng dát mỏng
ngậm nghe nghìn năm đọng lại
cời động
hồn ta muôn thuở mộng mây mưa

.
Một lần
là trầm tích trong hồn ta cơ hồ tận tuyệt thiên thu
em
ngộn ngồn
nõn nà
tiểu diện thiên thần lay lắt giấc liêu trai
ta
là loài thực vật tầm gửi
quang hợp
trong mùi em thơm ngọt con gái dậy thì
làm trường sinh xanh tươi ta suốt cuộc huy tà

.
Đêm ấy...
chiều vừa khởi sự chìm dần
có cơn mưa xuân vườn sau
mang mùi thơm
của đất
của cây cỏ lá hoa
hay mùi em thơm ngọt con gái dậy thì
nơi nốt huyền rậm rật
bồng bềnh lẳng lơ trôi
trên ngực thơm vai ngần
em,
một lần

một lần
rồi thôi
mà thiên thu hồn ta tồn tại
.
Ta sẽ còn tự mình thương tiếc mãi nghìn năm sau...
có phải có loài hồ ly liếc mắt đưa tình
và bàn tay 5 ngón ngó sen thon ngoan lạ
chậm
trườn lần theo bờ mông cong cớn
trắng hồng
mân mê
mắt liếc
gọi mời
ngập ngừng nơi rừng nguyên sinh
những sợi đen sợi dài
đang gian ngoa chờ dòng phún thạch trầm tích bao năm
phút chốc vỡ bờ
tràn vào khe nhỏ hồng hoang
em,
vừa qua mùa lúa thì ngậm vàng hạt sữa
.
Loài chồn tinh ma mị
ta,
gã thư sinh ngu ngơ
vào cuộc vui chí dị
mặc tình dòng tín hiệu ngăn cách nghìn trùng
vào cuộc mây mưa lạ kỳ
qua ảo hình, giai nhân hiển lộng qua hai ngã đôi nơi
hai đầu bến bờ đại lục
mang hồn bên hồn hoan lạc...
bên ngoài vườn sau
cơn mưa vẫn đang rơi xuống đâu đây
thầm thì dài
theo một đêm xuân
tuyệt tận *(4:07 mờ sáng)*
Stanton California July, 2024 – Jan. 13th, 2025

KHI ANH GẶP EM VÀ...

Khi anh gặp em
dường như chiều đang trở mình vàng dần
những ngỡ như con chó già khởi sự hờ hững lên
tiếng sủa người qua lại
những ngỡ như con mèo già khởi sự không còn bỏ
nhà đi động dục suốt đêm
.
Khi anh gặp em
anh nghe rõ nhịp tim mình
sau nhiều thập kỉ trầm tích
và anh yêu em ngay
và chúng mình yêu nhau ngay
Nhỏ ơi!
mặc cho chiếc lá đang trở mình vàng dần đi
mặc cho dòng đời thị phi
chúng mình cứ vui
chúng mình cứ yêu hoang sơ
như những đứa bé ngu ngơ
không toan tính
không chiêu trò
mắt xanh
mắt đỏ

.
Nhỏ ngây thơ
hay Nhỏ giả vờ…
chúng mình khởi sự yêu nhau
đến khi mùa hè đầu tiên chưa kịp trở lại
thì đành chia tay
anh
không còn nghe rõ nhịp đập con tim mình
không còn ngập tràn dòng phún thạch căng cứng
trong anh cuồng cuồng tưởng chừng bao lần suýt vỡ
bờ khôn cùng phát tiết
mỗi lần nhớ
mỗi lần gặp
em
qua dòng tín hiệu
hiển lộng màn hình một tòa thiên nhiên giai nhân
ngồn ngộn
nõn nà giữa hai bờ thời gian ngày bên này xứ người,
đêm bên kia cố quận trùng trùng ngăn cách
anh
thật sự
như con chó già quên sủa
như con mèo già lười cuộn mình ngủ suốt ngày
.
Chiều
đang thật sự trở mình vàng dần sang đêm
như anh
đang thật sự trở mình già đi nhiều
ngay sau khi chúng mình vừa ngỡ ngàng
thật sự
nghìn trùng xa nhau… *(11:42 khuya)*
Stanton California Aug. 2023 – Apr. 1st, 2025

SUY NIỆM NGÀY XƯA

Cõi người, ta
phận người
trên con đường độc đạo về nơi hư vô nào đó
hành trang mang theo:
tình tự dân tộc
quê nhà xưa
chiến tranh
điêu linh
hòa bình
nghìn trùng cố quận
.
Vẫn còn
một góc nhỏ đáng yêu
một cõi riêng tư tuyệt vời
vùng tâm thức cô đơn trăm năm
là người bạn tri kỷ
vỗ về ta
ngu ngơ suốt đời dù khởi đi ngây thơ non mướt hay
kết thúc trong già cỗi héo hon
là thứ nước cam lồ
tưới mát phận buồn
là chút quà tặng hiếm hoi
chút mùi vị rong chơi
trên con đường cát bụi đầy vơi nhọc nhằn:
hoài niệm ngọt ngào
kỷ niệm vàng phai
những tháng ngày của một thời để yêu
vĩnh viễn
mơ hồ
đang trôi qua

.
Tháng ngày xưa*
trôi xa
hồn tôi còn đọng mãi
tháng ngày xưa
trôi xa...
Stanton California Sept. 9th, 2023
(*mấy câu thơ ngô nghê hơn 50 năm trước của chính tác giả)

HUẾ CUNG NGHINH
HẠNH ĐẦU ĐÀ TRONG MƯA

Đoàn Tăng đi đoàn Tăng vẫn lầm lũi đi
Huế bây chừ đang trưa hạ nóng như ri
cô gái Huế quỳ gối hai bàn tay chắp
như Quan Thế Âm đôi mi ngoan nhẹ khép
cung kính cúi đầu niệm Phật A Di Đà
.
Đoàn Tăng đi đoàn Tăng vẫn lầm lũi đi
Huế bây chừ đang chiều chợt mây... rất lạ
mưa rơi... mưa rơi... trên những người con Phật,
nước mắt cảm thương mà thân tâm an lạc,
những Ôn*, những Mạ*, Mụ* cười nói: "Không răng mô!"
.
Đoàn Tăng đi đoàn Tăng vẫn lầm lũi đi
Huế bây chừ hai bên "con đường soi sáng"*
chí nguyện cùng Sư, người tu Hạnh Đầu Đà
em không nói, người dân xứ Huế không nói
tâm lành suốt đời theo Hạnh Nguyện Như Lai *(11:33 pm)*
Stanton California June 1st, 2024 (ngày thứ 2 Sư Minh Tuệ bộ hành ngang qua Huế)
* "Minh có nghĩa là sáng, Tuệ là trí tuệ, ý nghĩa cái tên là con đường soi sáng... " Vnexpress dẫn lời Sư Minh Tuệ
*Ôn: Ông; Mạ: Mẹ; Mụ: Em, Chị của Ông Bà...

LIÊN KHÚC HAIKU KÍNH TIỄN THẦY TUỆ SỸ

(Kính tiễn Thầy Tuệ Sỹ, 1943-2023!)

Chưa một lần gặp Thầy
Con cung kính cúi đầu tiễn Thầy
Về mù sa một cõi
.

Thưa! một sớm nơi nầy
Con nghe ngân nga tiếng chuông chùa
Từ bên kia quê nhà
.

Thầy sáng nay đi xa
Con đường chánh pháp sẽ ra sao
Gập ghềnh bước nghẹn ngào
.

Vô thường thực như mơ
Tàn canh sương đọng nụ hồng phấn
Lẽ thường tụ rồi tan
.

Trường tồn Phật Pháp Tăng
Kính tiễn Thầy đi hồn ung dung
Ngàn năm chuông còn vọng *(9:31 AM)*
Stanton, California Nov. 24th, 2023

NHƯ RỪNG NGUYÊN SINH

(...Nhớ bạn học lớp Lâm sinh Phạm Đức Tùng)

Dốc Ông Phật* chiều về thơm rừng lạ
đèo Cù Mông** gió lộng tóc em bay
nơi trường nhỏ có những người mới lớn
dập dìu vui sau bài học nguyên sinh
ngày tháng đẹp qua rồi là biền biệt
thuở vào đời dễ rung động ngây thơ
nhớ Long Mỹ*** có rừng già suối mát
hồ trong xanh nghe chim dọa, *"Bắt cô!... Trói cột!..."*
trưa không ngủ hai thằng bơi thỏa thích
.

Mấy mươi năm bạn yên giấc nghìn thu
bạn bè xưa tốt tươi như lá cỏ
tháng ngày về để lại dấu chân chim
còn lại đây một vùng trời kỷ niệm
thương yêu ơi vị dĩ vãng ngọt ngào
tấp lên bờ thời gian, ngoi ngóp thở
ta là ta không áo gấm được không
rồi một mai có ngày hồi cố quận
cuối đường trần trầm đọng mộng ban *sơ (3:27 pm)*
Stanton California May 2016 – May 29th, 2025
*Dốc Ông Phật: một địa danh trên đèo Cù Mông, Qui Nhơn Bình Định
**đèo Cù Mông: ranh giới giữa Bình Định (Qui Nhơn) & Phú Yên (Tuy Hòa)
***hồ Long Mỹ, cách t/p Qui Nhơn hơn 18km về hướng Tây Bắc

Long Mỹ, Qui Nhơn Bình Định Việt Nam (1977)

NHỮNG CHUYẾN XE ĐÊM

Như những chuyến xe đêm,
những giấc ngủ,
chuyến xe đêm nay đến muộn
trong cuộc hành trình
gập ghềnh
đứt khúc
.
Người hành khách
nửa mê
nửa tỉnh
chệnh choạng
ngây ngây
ghé những trạm nghỉ
bước xuống đi vào restroom
trong vô thức
.
Sau lần cuối cùng,
người hành khách
không trở lại chuyến xe đêm
bước ra khỏi nhà
vừa khi cơn mộng du biến mất
(sương mờ mờ sáng)
vừa nhớ lại
hình như mình vừa bỏ lại
bỏ lại...!?
một cô gái dễ thương lạ thường
trên chuyến xe đêm vừa rồi
với nụ cười
vẫn còn
đâu đây

trong khi chuyến xe đã mất hút
vương lại
đâu đây
không phải mùi xăng
mùi hương ngoan
hiền thục
từ nụ cười ngày xưa
bỏ lại người hành khách
còn ngơ ngác
ngu ngơ
dại khờ
bên lề đường một thành phố không tên vô tình
bên chợ đời thương trường nhân gian bản ngã thị phi
bên cạnh gốc đa trăm năm lăn lóc những cái bình vôi
qua thời gian đã thành ra đặc ruột
.
Người hành khách sống vật vờ
sống ảo suốt ngày
để chờ
chiều về, đêm đến
có chuyến xe đêm trở lại
may ra
trên chuyến xe có một cô gái
đến từ ngày ấy, xa lắc lơ
hay từ tiền kiếp
với nụ cười
Thu Nguyên
mật ngọt

Stanton California 2022 – Nov., 2023
(*dày dày sẵn đúc một tòa thiên nhiên, Nguyễn Du)

MƯA MUỘN

Em biết không hồn anh giờ chín rục
nửa đêm nay rụng xuống cõi trăm năm
trên cỏ hồng mộng xa xưa nẫu ruột
mưa có qua hạt cũng khó nẩy mầm
.
Sáng ngày mai trời bắt đầu vào hạ
đường phượng xanh mùa tím ngắt chân trời
em đi về bước chân non hối hả
nhớ dùm ai ngước đôi mắt thơ ngây
.
Sẽ có nắng hồi quang hàng thành* cũ
rợp hân hoan cho lay động lao xao
trên mái đầu sợi tóc đời héo rũ
chợt trở mình xuống tay mỏi nhăn nheo
.
Em biết không hồn anh giờ chín rục
nói rất nhiều vì thiếu vắng thương yêu
bài thơ muốn ngọt ngào hơi thở lạ
cũng muộn phiền nhìn ngôn ngữ xanh xao *(11: 57 khuya)*

Stanton California May 9th, 2019
*Lòng ta là những hàng thành quách cũ
Từ ngàn năm bỗng vẳng tiếng loa xưa. (Vũ Đình Liên)

GHÉT LÀM SAO

Ghét làm sao nụ cười duyên răng khểnh
hay dỗi hờn giọng hơi ngọng thoáng thôi
ngày mới quen lần đầu nghe nhỏ nói
ta ngớ người hỏi, *"cháu tuổi bao nhiêu?"*
Nhỏ làm thinh nhưng xem chừng rất giận
Nhỏ liếc nhẹ... vẫn lặng im không nói
ngày lên rồi bên ấy đang vào khuya
.

Ghét làm sao mê hồn đôi mắt đẹp
thách thức nhìn, *"chứ chú tuổi bao nhiêu?"*
nét tinh nghịch và dạn như con nít,
*"trông chú kìa cháu không giỡn à nha
cháu già rồi... 30, vài năm nữa"*
nhỏ mân mê sóng tóc vờn tháp cổ
ngực trắng ngần nốt huyền dập dềnh trôi
.

Ghét làm sao hôm qua nên kỷ niệm
chú cháu mình giờ thật sự mù sa
màn hình vắng khuôn mặt ai thần thoại
phím chữ buồn 10 ngón tội tình buông
chiếc cầu mơ hết nối liền cố quận
Nhỏ Saigon bây giờ mưa hay nắng
chú nghìn trùng ngồi hò hẹn tà huy
.

Chuyện tình mình đã thật sự mù sa *(6:04 sáng)*
Stanton California Nov. 22nd, 2023-May 26th, 2025

TRƯỜNG THI
CỒN HOA VÀNG

(Viết cho một người ta lỡ ngu ngơ thương khi còn trong những ngày, đêm nghê thường giữa hai bến bờ biển lặng.)

PHẦN 1
MỘNG NGUYÊN THU

1.
Mùa Xuân xuống Cồn Hoa Vàng
thương ai từ độ nụ hườm nguyên sơ
buồn ơi xin vẫy tay chào
Nguyên Xuân khởi sự ngọt ngào Nguyên Thu

2.
Thiên thai một nụ sa mù
chiều xuân mát rượi ngàn ru miên trường
đêm qua hoa bưởi dậy hương
mưa về phố nhỏ* bước hồn xanh sao!

3.
Tây hiên đọng giọt sương mờ
trà thơm lan tỏa nét thơ lụa là
tình đầu cát bụi mù xa
yêu ai tình cuối nghe ra vô thường

4.
Trùng trùng ngăn cách người thương
tết mang cố quận xuôi miền Bolsa*
đì đùng pháo nổ gần xa
xuân về phố nhỏ thật thà thương Thu

5.
Nửa khuya tỉnh giấc mơ hồ
đêm dài đứt khúc chồn chờ thương ai
ngập rung động mùa phôi phai
29 Tết Nhỏ chưa nói gì

6.
Cho xe xuống phố hoang hoài
ngày xuân rõ mặt cúc mai rộn ràng
xứ người nay đã quê hương
trước thềm năm mới nghe hồn nao nao

7.
Đêm 30 xa lắc lơ
Nhỏ hay lỗi hẹn giả vờ cong môi
nụ hườm pha nét liêu trai
cầu mơ lỗi nhịp lỡ mai đoạn trường!

8.
Nửa khuya tỉnh giấc hoàn hồn
tình đầu trầm tích mưa nguồn xa xưa
hẹn Nhỏ trong đêm giao thừa
mưa bên cố quận đầy mùa chiêm bao

9.
Mùng 1 cùng Nhỏ đi chùa
ngập ngừng tín hiệu lưa thưa mưa phùn
nụ hườm thơm ngọt môi hôn
cho xe xuống phố nghe hồn vào xuân

10.
Mùi... thì con gái lúa non
nõn nà da thịt phấn hồng ngực thơm
mùng 2 tết bên Nhỏ ngoan
mưa xuân rắc hột khe nguồn truông mê

11.
Mùng 3 tết mai vàng hè
hửng tình phát tiết ngày về liên hoan
Thu ngoan bước xuống vườn hoang
hỏi Nhỏ: "Nhỏ có lỡ thương một người!?"

12.
Tháng Giêng ghé phố loay hoay
ngập đường xác pháo người đi sao người
hồn xuân đó còn chần chừ
xin thưa ươm nụ sa mù xuân sang

13.
Một năm rồi sẽ một năm
nụ hườm chớm nụ lá non chớm cành
Nhỏ về còn nhớ ta không
ta về còn giữ một hồn chiêm bao

14.
Phương Đông nắng sớm vườn đào
xôn xao phố thị sắc màu phôi pha
ta về giữ ngọc gìn hoa
Nhỏ còn ngơ ngác một mùa ngây thơ

15.
Có người nứt mộng ngu ngơ
bước cao bước thấp bên bờ lao xao
sợi buồn quấn cuộn hư hao
may mà gặp Nhỏ qua cầu làm quen

16.
Xuân về ươm hạt tinh sương
cho Nhỏ mặc áo dài ngoan ngoan hiền
sáng nay tính đã giữa giêng
y trang xếp lại dễ chừng sang năm

17.
Nhỏ mộng mị Nhỏ hồn nhiên
ai về giũ áo bên đường tà huy
chút hồn lang bạt cuồng say
chút hồn chân thật mưa mây xuống chiều

18.
Thương ta mấy thuở bạc đầu
con tim khờ dại bên cầu thiên thu
đường đời tinh thể ngây ngu
đa mang mắt biếc yêu màu môi non

19.
Xuân hồng ghé bến tương giang
vân hạ thấp thoáng đông hàn ướt vai
thu vàng lá rụng xuống tay
cơn mưa chưa ngớt phố ngày vắng em

20.
Ta như một dòng dung nham
tràn qua cõi thực xuống thềm ngẩn ngơ
bốn mùa thay áo tiểu thư
chân dài sóng lụa qua bờ nhân gian

21.
Chợt nghe đời rất bình yên
trông ra bão rớt một cơn mưa chiều
phố buồn người có vui đâu
thương nhau ngày tháng nhuộm màu vô tư

22.
Ngã mình phòng vắng đêm sâu
chiêm bao người cũ cội sầu vàng cây
thú đau thương vết phôi pha
trở mình trầm cảm một thời ngông nghênh

23.
Thức nửa khuya buốt lạnh hồn
chiêm bao thuở ấy bên cồn hoàng hôn
biển xanh cát trắng thùy dương
ai đi về cõi vô cùng thời gian

24.
Giật mình buông giấc man miên
trở về mát lạnh bên dòng sông ngoan
Nhỏ hư thực Nhỏ phân thân
dáng kiều ngồn ngộn cồn hoang mơ huyền

25.
Một ngụm trà sáng tinh sương
yêu ai từ độ cồn làng khe mây
ngoảnh đầu ngày tháng mơ phai
ngoài hiên nắng mới nối lời Nguyên Thu

Stanton, Little Saigon California Feb. – Sept. 2023
*Bolsa: con đường chính chạy ngang trung tâm Little Saigon in S. California
*phố nhỏ: Little Saigon City.

PHẦN 2
HỒN TƯƠNG TƯ

26.
Năm nay trời đất khác thường
mùa giêng mất hút phố phường còn mưa
Nhỏ đâu hè! xế ngàn hoa
ngỡ rằng lỗi hẹn dễ mà chia tay

27.
Nhỏ yêu ơi! Nhỏ yêu ơi!
chiều về nhẹ hạt thiên di mây nguồn
chút duyên trăm dặm tư tương
dễ thương giọng nói dễ thường hơi quen

28.
Mùa lá rơi mùa lá vàng
dẫu chưa qua hạ xem chừng thu bay
bước đường tình qua tháng hai
Nhỏ về xứ Nhỏ thả dài sợi thương
29.
Trùng dương ngăn cách cố hương
màn hình nối nhịp trăm đường tràng giang
ngộn ngồn Vệ Nữ thiên nhiên
nhìn đôi mắt Nhỏ hớp hồn người thương

30.
Mùa nõn nà mùa hườm hương
sắc chiều vàng mật sánh tràn môi non
từ hôm Nhỏ ra cồn hoang
vô ưu một đóa nở vàng mù tăm

31.
Bể khơi cuồn cuộn sóng ngầm
tinh hoa phát tiết khởi mầm mê si
một tòa ngồn ngộn ra đi
qua miền phong nhụy hoàng huy hoang đàng

32.
Ngày trôi tựa cát sông Hằng
sáng nay trầm tích một hàng thành xưa
cho thương yêu chợt mù sa
trở thành hiện thực dáng hoa mây ngàn

33.
Sớm nay bất chợt buồn trông
nhớ ai thơm mọng mùi còn sơ nguyên
thật lạ thường! thật lạ thường!
ai về cởi nhụy trút hương cho người

34.
Năm nay buốt tận tháng hai
ngực trần thấm lạnh rũ người ho khan
phố xưa từ độ cuồng cơn
xao dòng thơ lạ gởi vườn ươm mơ

35.
Ngày xưa có gã ngu ngơ
lỡ thương cô bé hững hờ vô tâm
nghìn trùng xa phím hình gần
ru em ngon giấc ngoài vườn nắng lên

36.
Nụ hoa vàng ngủ cho ngoan
Gìn vàng giữ ngọc lo toan cũng thừa
"Thương người ta, nhớ người ta",
run run lạc giọng nghe ra tội tình

37.
Nét con gái nét nõn nường
ai xui khiến Nhỏ qua nguồn làm quen
ta ngồi ngơ ngẩn tần ngần,
"Thương sao thương lạ nụ hườm Nguyên Thu"

38.
Mùa thu mềm mọng môi ngon
an nhiên trong cõi nhân gian mệt nhoài
Nhỏ qua hửng nét liêu trai
chắc về cố quận gặp người ta yêu

39.
Vàng hoa nở rộ xuống chiều
cho ta khởi sự rất nhiều mộng mơ
run run mười ngón ngu ngơ
mê man rung động lời trao ân cần

40.
Bốn mùa một khúc tiêu tương
nét hoa hồng phấn nhìn thương lặng người
ru em ta hát ngậm ngùi
ngủ đi Nhỏ, nét... Chao ôi! Lụng Là!

41.
Nghĩ mình chút bụi phù du
gieo chi hạnh ngộ chỉ sầu mà thôi
có một người gặp một người
tình yêu như nụ phôi phai đôi bờ

42.
Ừ! ngu ngơ... thì ngu ngơ
Ừ! hư hao thì hư hao lo gì
Nhỏ như một thoáng mây bay
ngang qua... phố cũ ngậm ngùi phù vân

43.
Sầu đâu lã ngọn ngả nghiêng
còn đây nguyên vẹn một miền buồn tênh
Nhỏ như một thoáng mưa xuân
cồn hoang bất chợt hồi quang muộn màng

44.
Tương tư gầy cội hoa buồn
chiều đi nhìn xuống nhìn lên gập ghềnh
mùa xuân xanh Nhỏ hồn nhiên
ngây thơ còn đó huyên thuyên giận hờn

45.
Mùa xuân ngỡ đã một lần
lạc vào hoang mạc thiên đường hồng hoang
nên thương hạ thoáng thu sang
nên thương có gã xuống cồn hái mơ

46.
Những rung động đã xa mờ
Nhỏ qua đánh thức dại khờ xa xăm
tầm xuân biếc nụ ươm mầm
nên đêm có gã âm thầm làm thơ

47.
Mờ mờ gò đảo huyền mơ
ngày lên sương xuống bơ vơ đồi buồn
cùng Nhỏ qua hết tháng giêng
mai về khởi sự lên triền sông thu

48.
Tháng hai xuôi xe về đâu
sáng nay Nhỏ đã đổi màu chia tay
buồn ơi ta xin chào mi
chút vui đánh mất bước đời chơi vơi

49.
Giọt mưa xuân giọt thầm thì
dòng thời gian trôi giữa lưng đầy trăm năm
hai nơi hai lối ngày đêm
hai đời lỗi nhịp xót mềm hai vai

50.
Nhỏ con gái nét xuân mai
cời hoàng hôn sóng biển đời buồn tênh
dẫu... ngó ý lòng còn vương
dễ gì tan giấc nghê thường một đêm *(còn tiếp)*
Stanton, California Mar. – Sept. 2023
(...đã từng được Nhà thơ Luân Hoán chọn đăng trên t/c Ngôn Ngữ số 25 May 1ˢᵗ, 2023)

BUỒN VALENTINE

Một hôm tôi về
Nắng vàng tây hiên
Phương đông hừng sáng
Nỗi buồn nghìn trùng
Tan vào hư vô
Trên cồn hoa vàng
Một đóa vô ưu
Một lần rồi thôi
Nở trong ngậm ngùi
Như loài chim nhỏ
Một lần cuối cùng
Cất cao tiếng hót
Tan vào thiên thu
Trong bụi mận gai
Những cành sắc nhọn
Xuyên vào tim khờ
Trong mùa Valentine *(3:27 am)*
Stanton California Feb. 11th, 2023
(P/s, Bài thơ vừa viết xong, chỉ sau vài phút, trong một rung động khôn cùng!)

HÀNH PHƯƠNG TÂY
(MÙA NGUYÊN XUÂN)

Nghe tiếng mưa xuân gọi vườn sau
trở mình cô quạnh hồn tỉnh thức
chợt ngộ thương mình đến xót xa!
nửa thế kỷ dài tìm không thấy
thể xác hư hao người thương đâu
Ừ thì... về thôi! nương quán trọ
một chút bình yên! Hề nguyên xuân
.
Nguyên xuân! Nguyên xuân! Mùa Nguyên xuân
nguyên một mùa xuân từ thuở ấy
những người con gái đã tăm mây
xứ người chồn chân nên cố quận
hồn vẫn nguyên sơ mộng nguyên xuân
.
Những chiều vàng mật mái hiên tây
hạ tím thu nguyên đông tuyết lạ
tết vẫn nôn nao xuân lại xuân
vòng đời sáu mươi vòng tuyệt tận
tóc đời chín rục rụng như hoa
.
Còn gì cho ta hồi cố hương
tình cuối những ngỡ như phép lạ
những ngỡ chút gì... quy cố hương
hóa ra... tình yêu như cổ tích
nghìn trùng cách biệt! Hề lại hay!

.
Hai mươi năm trường con đã lớn
mình ên ngày tháng mộng thành thơ
cố quận bên này quê bên đó
người thương? Ừ nhỉ! chuyện vô thường
năm ngoái giờ đã là kỷ niệm
cuối năm nhắc lại. Ừ đã xưa!

.
Nguyên Xuân! Nguyên Xuân! Mùa Nguyên Xuân!
đời ta trăm năm nương hiên tây
thân như quán trọ! Hề như mây!
trở về bình yên trong cõi thơ
cuối đông mát rượi mưa xuân nhẹ
tìm thấy vô thường hồn chân như *(6:28 tối mùa đông)*
Stanton, California Dec. 28th, 2023
(P/s, Bài thơ lần đầu tiên góp mặt trên tạp chí Quán Văn số 110, Gò Vấp-Saigon 2024)

NỬA KHUYA NGHE ĐỌC TRUYỆN KIỀU

Nửa khuya nghe đọc Truyện Kiều
gập ghềnh chút phận sầu đâu lại sầu
thương mình cát bụi phù du
một mai rồi cũng qua cầu gió bay
thương người năm trước... hoang hoài
nào hay lỗi nhịp mưa mây xuống chiều
ngỡ ngàng giọt chậm giọt mau
giật mình tinh thể nhuốm màu thời gian
thu qua còn nhớ hạ vàng
nguyên trinh nụ, hé môi non mê hồn
một tòa ngồn ngộn thiên nhiên*
nõn nà mộng mọng nốt huyền cồn hoa
một lần giũ áo mù sa*
cởi trần phong nhụy ta tà huy say
người về bên ấy sương mai
ta về cô quạnh đêm dài còn lâu

.
Nửa khuya nghe đọc Truyện Kiều
truyện xưa còn đó mái sầu còn khua
hai trăm năm lẻ mờ xa*
cơn mưa chưa tạnh người ta cõi người *(2:55 am)*
Stanton California July 25th, 2024
*Rõ ràng trong ngọc trắng ngà
 Dày dày sẵn đúc một tòa thiên nhiên (Kiều, Nguyễn Du)
*Em về giũ áo mù sa
Trút quần phong nhụy cho tà huy bay (Cảm đề, Bùi Giáng trong Khung cửa hẹp)
*Nguyễn Du mất 204 năm

NỬA KHUYA NGHE ĐỌC TRUYỆN LIÊU TRAI NHỚ NGƯỜI TA

Nửa khuya nghe đọc truyện liêu trai
giật mình ta bấm đốt ngón tay
chuyện tình chí dị từ năm ngoái
bốn mùa góp nhặt lại đêm vui
.
Giá như Người ta loài hồ ly
ta gã thư sinh mộng mưa mây
thật lạ! tinh ma mà mộng mị
đêm về lõa thể dáng kiều mai
.
Tiểu diện khuynh thành nét thơ ngây
nõn nà dậy men độ xuân thì
Người ta giữ áo nhìn hoang dại
cởi quần phong nhụy ta tà huy bay*
.
Nửa khuya nghe đọc truyện liêu trai
hư thực phân thân giữa đêm ngày
Người ta gian ngoa động mùi ma quái
ta về chết lặng hồn còn say *(3:13 khuya)*
Stanton California June 18th, 2024
*Em về giữ áo mù sa
Trút quần phong nhụy cho tà huy bay (Bùi Giáng)

NỬA KHUYA
NGHE NGÂM TỐNG BIỆT HÀNH

Nửa khuya nghe ngâm Tống Biệt Hành
vườn sau vắng ngắt trời vào đông
mưa chưa trở về im khôn tưởng
sao nghe trong lòng tiếng hoài thương
từ độ trùng trùng cầu mơ gãy
người hư danh ảo, người tà huy

.
Cố quận! Cố quận! Mùa cố quận
Ba mươi năm cơ hồ như không
chắc không còn... về thăm cố quận
quê người lâu quá thôi nên quen

.
Người đi! Người đi! Không quay lại
đường xưa lối cũ xem như không
năm ngoái hoa đào vừa hé nụ
nguyên xuân năm này phố vàng hoa

.
Một năm! hai năm! Dẫu mười năm
tình như con nước xuôi thượng ngạn
đôi lúc ngập ngừng nhớ cố nhân
tuyệt lộ, hề!... quay lại?... mù sa!

.
Một mai ta có hồi cố quận?
tìm mãi không ra xóm ngày xưa
Ừ! Thà một đi không trở lại
tội chi Lưu Nguyễn lạc thiên thai? *(2:45 nửa khuya)*
Stanton California Dec. 13th, 2023

MÓN QUÀ CHO EM, UKRAINA

Xin được gởi em, từ tôi
là món quà ý nghĩa nhất mà tôi có*
là thấu hiểu nỗi đau của người khác*
là tên gọi khác của yêu thương*
là tất cả những gì tôi có lúc này
là tình tự dân tộc
cho Em: đất nước tử đạo, nơi dòng sông máu và nước mắt đã chảy**
Ukraina! Ukraina!

Xin được gởi em, từ tôi
trong âm thanh cuồng nộ của chiến trận Ukraina,
trong im lặng chờ đợi Ukraina
một đợt tấn công mới từ bên kia,
những đội quân đến từ Russia,
đất nước của những thảo nguyên mênh mông,
những rừng bạch dương thơ mộng, những hồ thiên nga mùa đông tuyết trắng
đất nước của những bộ trường thiên tiểu thuyết vĩ đại, "Chiến tranh và Hòa bình" của Leo Tolstoy, "Doctor Zhivago" của Boris Pasternak và ấn tượng nhất: "Tội ác và hình phạt" của Dostoevsky
nhưng tồi tệ thay, của những

Vladimir Il'ich Lenin!
Joseph Stalin!
Vladimir Putin!
Ôi! Những cặp phạm trù: thiên đàng và địa ngục!
Xin được gởi em, từ tôi
sự thấu hiểu của một người Việt Nam đã từng trải
nghiệm chiến tranh từ 47 năm trước,
cuộc nội chiến 20 năm, từ bên kia vĩ tuyến (1955-1975)
cuộc chiến China xâm lăng Việt Nam 1979
những lời thấu hiểu từ California, của một Việt kiều!
thấu hiểu là yêu thương*
yêu thương em,
Ukraina! Ukraina!,
đất nước của Volodymyr Zelenskyy cùng những con
người sinh ra mang thân phận nhược tiểu bên cạnh
Russia vĩ đại, đang vượt qua nỗi sợ hãi, sẵn sàng
tử đạo cho quê hương, như tôi-Việt Nam bên cạnh
China
Ukraina! Ukraina! *(5:35 am)*
Stanton-Little Saigon California March 7th, 2022
*Thiền sư Thích Nhất Hạnh
**Đức Giáo Hoàng Phanxicô, sau buổi Kinh Truyền Tin 6/3/2022, Vatican

ANH MUỐN

Anh muốn là hạt cát
bé nhỏ trong tay em
nghe khôn cùng ngây ngất
giữa muôn ngàn bão giông
.
Anh muốn là đại dương
bên bờ em hoang dại
thì thầm bên tai ai
lời thương yêu đong đầy
.
Anh muốn là... anh thôi!
hôn em hôn em hoài
da thịt em mằn mặn
trong gió chiều biển đen *(4:08pm)*
Stanton California Nov. 25th, 2019

BÀI THƠ NGẮN NHẤT DÀNH CHO CON CHIM SẺ GIÀ

Nếu một mai anh sẽ qua đời*
xin làm con chim sẻ già
về ghé thăm em
trên cây Dành Dành
trước hiên nhà em
.
Anh sẽ nhìn em
đang ngồi làm thơ
những bài thơ ấn tượng nhất
những bài thơ đẹp nhất
như bài thơ sáng sớm nay của em
đang chạm vào tim anh,
con chim sẻ già *(10:35 pm)*
Stanton California Apr. 9th, 2023
*Lời nhạc Phạm Duy

BÀI THƠ
TRÀNG GIANG ĐẦU NGÀY

Ở một thành phố nhỏ: Stanton, in South California,
có một người đàn ông mình ên thức giấc lần cuối cùng
vào lúc 4 giờ sáng một ngày tháng Hai ta nguyên xuân
vừa qua
thật ra cây kim giây vừa mới vừa nhích qua con số 12
thật ra đêm rất dài, đêm đứt nhiều khúc trong mưa
và những giấc mơ mơ hồ
.

Có giấc mơ
hiển hiện khuôn mặt người xưa... dáng vóc người xưa
người xưa, người xưa trong giấc mơ vẫn như ngày nào
tự thuở vào đời nơi phố huyện
có giấc mơ
nuối tiếc nghê thường với khuôn mặt hiền ngoan của
cô bé bên kia phố quận hôm qua
và đôi khi có cả những giấc mơ những ký ức không
thành nhạt nhòa... cố nhớ lại vẫn không nhớ lại mảy
may gì cả...
.

Đêm thật sự sắp qua cho một ngày mới đang sắp trở
lại như đã từng ngày trôi đi
và bên ngoài vườn sau sương mờ vây quanh
và hắn có thể khởi sự bắt tay vào làm bài thơ đầu ngày
bên ly café sáng thơm lừng phòng vắng
vì có gì để đáng làm hơn là làm một bài thơ vào lúc này!

.
Lúc này...
6 giờ chiều ở Việt Nam bên kia một đầu bờ biển Thái Bình
nhờ qua facebook
những địa danh
những làng xóm
từ ải Nam Quan đến tận cùng đất mũi Cà Mau
từ hải đảo biển xanh đến cao nguyên đất đỏ bốn mùa
có những người bạn
qua bao năm đã nên quen mặt
dù nhiều nơi hắn chưa đến bao giờ
dù ai kia hắn chưa gặp bao giờ
mà xem nhau như... bạn cũ
với những comment có cánh cho nhau!
.
Tí nữa
khi cho xe lên freeway
trong tinh mơ sương mù đặc quánh vây quanh
mà ngỡ xe như trôi đi trong trùng trùng mây trắng quanh vây
trong khi
đầu kia bến bờ biển xanh có cố quận
đang đi vào một đêm dài...
nơi có người, mình lỡ ngu ngơ thương,
đang cùng ai khác sáng sớm bên này, thay vì mình,
khởi sự một cuộc video facebook call
như mới hôm nào, như hôm qua,
giữa chúng mình *(6:35 sáng)*
Stanton California 2023 – Mar. 9th, 2025

BỐN LẦN QUA SÔNG
(hay chuyện cô lái đò xinh đẹp và thiền sư trẻ)

Qua sông
một hôm sư qua sông
đò xinh
đò xinh cô lái xinh,
_ Gấp đôi
sư phải trả gấp đôi
tiền đò đưa sang sông
vì sư đã nhìn em

.
Qua sông
lại qua sông,
_ Gấp ba
sư phải trả gấp ba
vì qua mặt nước trong
sư ơi đã nhìn em

.
Qua sông
lại qua sông
thiền định
thiền định sư nhắm nghiền,
_ Sư không dám nhìn em
nhưng sư phải trả gấp năm
vì hình ảnh em
còn chập chờn trong sư

.
Qua sông
lần cuối cùng sang sông
tự tại sư nhìn em
cập bến sư cười hỏi, *"bao nhiêu?"*
em xinh cười rất xinh,
_ Hình ảnh em đã không còn trong lòng sư
nợ kiếp xưa không còn
một chút duyên thôi mà
còn đòi tiền chi sư
con đường tu còn xa
em còn phải về nhà
chúc sư đi bình an!

.
Câu chuyện cô lái đò và thiền sư
xin khép lại ở đây *(4:53 pm)*
Stanton California May 23rd, 2022
*từ những câu chuyện thiền

BỐN MÙA EM QUA

*Em qua bốn mùa,
mùa thu sợi vàng
mùa đông lá ngủ
xuân hồng phố vui
phượng tím hạ buồn
mưa chiều ướt vai
em về xõa tóc
bên kia cầu vồng
yêu em tình cuối
đẹp như tình đầu
.*

*Em qua bốn mùa
đường xưa tên lạ
trang ngày xé vội
tình như mưa mây
mắt em xưa... tròn
giả đò làm thinh
ta như thằng bé
rung động ngây ngô
bên đời em qua
.*

*Em qua bốn mùa
nụ tầm xuân nở
xanh biếc sáng nay
bên khung cửa hẹp
ta ngồi một mình
nhớ về ngày cũ
trăm năm cô đơn
sớm mai tuyết trắng
xứ người cô quạnh
những chiều bình yên*

.
*Em qua bốn mùa
phố gầy phương xa
nắng vàng giũ lụa
mật sóng trời xanh
em bước vào yêu
xao động xuống chiều
dáng xưa đâu đây
chân dài hoang sơ
hoa vông vang vàng
nghe đời dễ thương*
.
*Bốn mùa mưa nắng
em ngoan đầu mùa
thơm mùi con gái
xe qua phố gầy
em ngoan xứ người
ta về ngu ngơ
quên sao tình đầu
nghìn trùng cố quận
yêu em tình cuối
đau như tình đầu* (3:10 tinh mơ)
Stanton California May 25th, 2022

BUÔNG QUÊN

Anh về ru giấc chiêm bao
chợt em hư ảo gặp nhau lạ thường
dễ thương cố giấc miên trường
dễ thường mấy bận tiêu tương nghẹn ngào
lỡ mai sáng dậy mưa mau
giật mình còn ngỡ... nỗi đau một mình
giọt lành thơm mát hương trinh
ngỡ từ hương mộng còn mênh mang vào
.
Anh về ru giấc chiêm bao
đêm qua đứt khúc nối sao cho liền
em từ chín ửng hườm hương
anh còn nuối nắng chiều loang phố buồn
mịn màng lay động hồn hoang
say sưa thoảng nhẹ mùi quỳnh lắt lay
bây giờ đêm suýt sang ngày
huyền mơ, nắng mới, vàng phai sắc màu
.
Anh về ru giấc chiêm bao
nét môi ánh mắt hao hao lạ lùng?!
nhớ chi vương lấy muộn phiền
nhớ chi sợi nhớ sợi thương xuống bờ
buông quên cho nhẹ ngẩn ngơ
buông quên một thoáng hững hờ khó quên
anh về còn nhớ em ngoan
em về nắng hạ còn nương gót hồng *(6:02am)*
Stanton California June 10th, 2020

CAFÉ & EM

Café
Uống hoài vẫn chưa ghiền
sao gặp em bất chợt
vướng ngay sợi cuồng si
lỡ mai tình đứt khúc
ta lấy gì nối đây

.

Em
Nụ hôn trưa nắng hạ
phỏng môi nhau lần đầu
café từng giọt đọng
vừa mù sương thành sầu
chân ngoan bước vào đời
mùi con gái thơm xa
tiếng em cười mát rượi
ươm mầm mộng hồn ta

.

Café
Uống hoài vẫn không ghiền
chút duyên vun dày mỏng
giấc mơ chiều mưa bay
lỡ mai tình đứt đoạn
ta tiếc thương vơi đầy *(12:37 pm)*
Stanton California June 22th, 2022

CẦU MƠ ĐỔ NHỊP

Tàn canh nấc nuối chiêm bao
địa đàng* mấy độ sương mờ hiên Tây
giã từ cố quận thành mây
xanh xao ngôn ngữ thơ gầy tương tư
cồn loang loáng quạnh xa mù
mưa mây tạnh vội sầu đâu lại sầu
ngoảnh hồn nghe phố hư hao
cầu mơ đổ nhịp lối nào thu nguyên!?
chuyện tình cuối chưa hoàn hồn
cõi ta khắc khoải lá vàng buông rơi
mùa xưa ly biệt trùng khơi
Quỳnh Hương nở muộn gợi mùi thu ngoan
đêm qua đứt khúc miên trường
người con gái ấy nụ hườm liêu trai
đêm nghê thường nhớ khôn hoài
chút duyên để gió cuốn đi** về ngàn *(3:18 khuya)*
Stanton, Little Saigon California Apr. 11 th, 2025-June 2nd, 2025
*địa đàng, hay khu vườn Eden: nơi chốn nương thân của Adam-Eva, cặp tình nhân đầu tiên của loài người (Kinh Thánh)
**Sống trong đời sống cần có một tấm lòng/Để làm gì, em biết không?/Để gió cuốn đi/Để gió cuốn đi (Trịnh Công Sơn, 1972)

CÓ MỘT MÙA NGUYÊN THU

Chuyển mùa tinh thể ngất ngư
mùa yêu tắt ngúm tro trơ bếp hồn
bước dần qua cõi khe nguyên
hỏi em ngồn ngộn có còn chiêm bao
nõn nà mông mọng môi cong
lá hoa cồn* lạ ta còn nguyên si**
mưa mây mát rượi tà huy
còn nghe đâu đó tiếng cười Nguyên Thu
mùa Nguyên Thu mùa Nguyên Thu
xuân qua hè lại thu vàng đông ngâu
tình cời bước thấp bước cao
còn nghe lá rụng bên bờ vô minh
ơn em cởi bỏ y xiêm
khuôn vàng hiển lộ nhụy miền thiên nhiên
ta về tinh thể đa mang***
để dành một thuở đêm đen cởi tình
hạ về còn nhớ thu ngoan
nghìn trùng cố quận đoạn trường tàn canh *(5:24 pm)*
*Lá Hoa Cồn: tên một tập thơ của Bùi Giáng, Lá Cồn xb 1963
**si: si mê
***Ta về tinh thể đa mang/Để dành khe chị trên tràng giang trôi
(thơ Bùi Giáng)
Stanton, Little Saigon California Dec. 2016 – June 1st, 2025

CÒN ĐÓ CHIÊM BAO

Ta nằm xuống ru mình vào giấc ngủ
đêm bình yên tinh thể nhẹ như mây
ngày tháng mới từ những ngày tháng cũ
cuối đường trần lụy hoa cúc vàng tay
.
Mộng tàn canh gặp người ta... quen lạ!
mắt biết cười hiển lộng thực như hoa
ta nhìn nhau hồn bên hồn nương tựa
người ta... kìa! mình tiền kiếp xưa xa
.
Em không nói ta cũng nhìn không nói
có điều gì đang hiển diện trong nhau
ta thấy mình rõ ràng phân thân mới
một nửa phần sao nhẹ bổng như ru
.
Đêm đứt khúc nên chiêm bao đứt đoạn
em đâu rồi ta thao thức hoang mang
nghe mơ hồ có tiếng đêm khôn tận
nghe dường như còn đâu đó tiếng em
.
Ta thầm nghĩ bao giờ mình gặp lại
tỉnh thức rồi tiếc nhớ mắt môi ngon
mình không hẹn nhưng cơ hồ có hẹn
mắt... môi... cười... tưởng gợi nét giai nhân *(12:57 khuya)*
Stanton California Mar. 2021 – Mar. 21st, 2024

CÒN ĐÓ NỖI BUỒN

Chuyện tình trầm tích đáy tràng giang
em xưa có còn chút dáng xưa
sông Tương còn đó bao giờ cạn
cho ta bộ hành về tuổi thơ

Trăm năm cô đơn trăm năm buồn
dường như dòng nhớ trôi về khuya
còn nguyên một chút duyên trong mộng
tí tách sau vườn trời đổ mưa

Long lanh mắt huyền sớm mùa xuân
em ngoan lay nhẹ bóng hoàng hôn
hồn tôi bên nầy khung cửa hẹp
hoa lá thơm lừng... đành chứng nhân!

Stanton, California Feb. 26th, 2022

CÔ QUẠNH TRONG ĐÊM

Thôi thì buông nhẹ gánh... cho đời
chỉ xin giữ lại một chút vui
giá như tát cạn những tháng ngày
bước vắn bước dài về thơ ngây
.
Trăm năm lá vàng về cội hoang
nhận ra chiều tắt đêm lần về...
mơ hồ có tiếng nhẹ như không
mưa... mưa... mưa đang rơi sau vườn
.
Vơi đầy dáng em qua mười ngón
xem lại bài thơ buồn... ơi buồn!
sáng mai xuôi xe xuống phố quen
mùa xuân đang về em còn ngoan?*(9:28 pm)*
Stanton, California Mar. 23rd, 2024

CƠ HỒ & CHẲNG CÒN CƠ HỒ

Cơ hồ thấp thoáng tháng sáu
cơ hồ một thoáng tháng năm
cơ hồ mình chẳng còn nhau
chẳng còn cơ hồ khi tháng 6 bắt đầu
(vì sẽ có một ngày trong tháng 6
chúng mình xa nhau đúng 1 tháng tròn)
.
Dòng thời gian
hiện hữu
qua em
qua anh
qua chuyện chúng mình
và hiện hữu
khi chúng ta
nhớ về nhau
.
Thời gian không khởi sự
thời gian không kết thúc
thời gian không bị hủy diệt
bởi
thời gian
.
Chỉ có anh
chỉ có em
(dẫu trùng trùng biển khơi xa cách)
cơ hồ
đang cùng trôi đi
về tuyệt đối
trong dòng thời gian
khôn cùng *(1:44 am)*
Stanton California Sept. 20th, 2023

CƠN HỒNG THỦY

Những tê dại dập dồn cơn hồng thủy
mùi nguyên xuân thơm hơi thở người yêu
nét liêu trai có pha màu hờn dỗi
tháng Hai về hoài sánh bước bên nhau
.
Mùa xuân qua... hành tinh sầu hoang phế
gió xuân tàn lay động bóng hoàng hôn
thành phố nhỏ cúi đầu chờ tận thế
nụ cười em tuyệt chủng thuở mưa nguồn
.
Cuối đường tình quắt quay bao ký ức
chuyện ngày xưa thoáng hồ mắt giai nhân
những yêu thương đành xuôi tay bất lực
dòng dung nham xưa buốt lạnh tro tàn
.
Mùa tình yêu chết dần trong uất nghẹn
đêm hiện hình tàn phá cõi chiêm bao
địa cầu quay trong hỗn mang cuồng loạn
tháng Hai về chờ nắng hạ nhớ nhau *(6:41 chiều)*
Stanton 2020 – Mar. 9th, 2025

CHỈ LÀ GIAI THOẠI

Chuyện tình yêu muôn đời... đâu như là* giai thoại
như anh nhìn rừng xanh ngỡ thu vàng ngơ ngác
quên đường về nơi cúc rộ hoàng hôn
có chút lạnh bên hiên chiều gió lộng
em kiêu sa khẽ khoác mỏng vai ngần
anh vô cùng yêu em nét đài các đoan trang
ơ... hình như mắt ngây thơ em vừa nguýt nhẹ
anh giật mình giả đò bận ngắm mưa rơi
những sợi nhỏ xuống tàng cây sầu đâu mái phố
dường như em sắp muốn nói điều gì rất thật
(anh biết không phải chỉ là... chuyện nắng chuyện mưa!)
dường như có chút lạnh dẫu thu chớm giao mùa
nên khuya nay anh sẽ kéo đêm... rất mỏng xuống đắp
em ngon giấc
và anh kể cho em (và cả anh nữa!) nghe câu chuyện
cổ tích giữa đời thường
như câu chuyện trong bài thơ nầy... chỉ là giai thoại *(2:28 pm)*
California Stanton Oct. 18th 2019
*người già dân quê hay mở đầu câu chuyện: "Đâu như là...)

CHỈ LÀ
MỘNG MỊ ĐÊM THÁNG 10

Tháng 10 rồi em! nhớ chờ anh về
hai đứa mình lại rủ nhau ra vườn sau đón mưa
bầu trời trông như thuở hồng hoang và dường như
trong không khí có mưa
lũ bụi mưa nghịch ngợm bay về đậu trên tóc em
thơm mùi thu mới
những hạt nước nhỏ trong vắt long lanh dường như
nhấp nháy như muôn vì sao ảnh hình cổ tích
anh hạnh phúc nhìn em...
trông em lạ quá
rất lạ!
.
Tháng 10 rồi em! nhớ chờ anh về
hai đứa mình lại lên xe xuống phố
con đường freeway trong đêm cuối tuần mát rượi sau
cơn mưa chiều
freeway mang xa lại gần
vừa nhìn em anh vừa cho xe rẽ phải xuống Exit
phố nhỏ về đêm yên bình như phố huyện cố quận
ngày xưa
phố nhỏ đã ngủ sớm tự bao giờ
đường phố vắng tanh
cảm giác chỉ còn 2 đứa mình trong đêm
trông em vui
thật vui...
bên anh

Tháng 10 rồi em! nhớ chờ anh về
dường như phố nhỏ vẫn còn đang ngủ vùi trong rừng già cổ tích cho đến sáng mai
hai đứa mình lên xe
anh đưa em về nhà
freeway hun hút chạy dài dưới ánh trăng vàng trông ma mị như tự thuở nào tiền sử
con đường freeway mang xa lại gần
xe rời freeway xuống Exit rẽ trái về nhà
nhà chúng mình loang loáng dưới ánh trăng thu đẹp lạ thường
cây yellow bell vươn cao sân trước trĩu nặng những chùm hoa vàng ngập
trong dòng sông trăng sóng sánh thủy tinh
càng về khuya trông em càng ngoan lạ...
rất ngoan!
ngủ đi em!*
trong mộng bình thường*
như anh
đang trong dòng trôi hư ảo! *(3:42 về sáng)*
Stanton California Oct. 2023 – Oct. 11st, 2024
(P/s, *Ngủ đi em, mộng bình thường!
Ru em sẵn tiếng thuỳ dương mấy bờ... Ngậm ngùi, thơ Huy Cận)

CHIỀU MƯA PHƯƠNG TÂY

Chiều mưa về thương người thương hôm qua
mầm tình ươm bên nguồn hoàng hoa ngàn
chiều mưa về trông ai cồn cào lòng
vòng ôm ai tương tư eo thon ngoan
linh hồn anh trăm năm bên cầu mơ
trăng hoang mang mong chờ chi Hằng Nga
tình yêu như chùm nho xanh còn chua
chôn vào tim cho ngày xưa bình yên
em chân dài mông thơm bờ vai trần
anh tà huy khuya rồi làm hay quên
anh còn đây như rừng khô hồ trơ
mong mưa em cho cồn lầy xanh um
vì tình yêu vàng hườm lên ngọn sao
rơi vào hồn cho tình đà hư hao
chiều phương Tây mưa về bên hiên buồn
mong ngày về bên em chiều phương Đông
đây ngô đồng hồn anh còn ngu ngơ
đây chim hoàng tình mình còn xanh mơ
dầu trăm hay ngàn năm người ta
đâu bao giờ quên người thương hôm qua *(4:31 chiều)*
Stanton California Aug. 20th, 2023

CHƠI GIỮA MÙA TRĂNG

(Chuyển thơ từ một tản văn của Hàn Mặc Tử:
"CHƠI GIỮA MÙA TRĂNG")

Trăng
trăng thu
kỳ ảo, thơm thơm
miếng nhạc say say
.
Gió
xé rách lả tả…
rơi
& chạm
rung động vang xa
.
Đêm siêu hình
đêm vô lượng
đêm tượng trưng
một mùa ao ước châu lệ, chia ly
nguồn khoái lạc chán chê…
.
Sông trăng
một giải lụa bạch
một đường trăng trải chiếu vàng
động cát và rừng xanh
hoang vu và thanh tịnh
.
Một mái chèo con
lùa những dòng vàng trôi trên mặt nước
có tiếng cười nả nớt
tiếng cười thuỷ tinh
thanh khiết, lạ thường

.
Trăng trên trời
hay trăng dưới nước
náo động luồng tinh khí hạo nhiên huyền diệu
ngào ngạt mùi băng phiến
phảng phất những tiếng kêu rên của một thời
thương nhớ xa xưa...

.
Ta là ai
êm ái trôi trong vũng chiêm bao
đê mê
kể từ huyền ảo khởi sự
trí tuệ, mộng, thơ, và nước
dâng lên
dâng lên như khói, như sương

.
Ngân Hà trinh bạch đang đắm chìm giữa các vì sao
lạc lối đi về
chèo mau!
cho thuyền về đậu bến Hàn giang!
một thuyền hào quang,
một thuyền châu ngọc,
những vì tinh tú

.
Trăng vướng trên cành trúc la đà
trèo lên động cát
với tay
gỡ mãi & thoát ra
trăng vàng tuôn chảy
lạc vào đường lối nào
dẫm lên cát hay dẫm trên phiến lụa vàng xưa

.
Nước
hang đá trắng
tinh khiết như mạch nước ngọc tuyền
chồm lên những vừng lá
kinh hãi
những con bạch hoa xà...

.
Sao đêm
kiều diễm
linh động một bức tranh ngọt ngào
một ngụm nước lạnh, mát đến tê cả lưỡi và răng
từng lá trăng rơi lên xiêm áo như những mảnh nhạc vàng
.
Động hòn non
cát trắng
màu da thịt của người tiên, của lụa bạch
màu phẩm giá của tiết trinh
lăn lộn điên cuồng
kề môi hôn
áp má
mát rượi dịu dàng của cát...
dấn bước lên cao...
có tiếng cười nở ra
giòn tan trong không khí
.
Đỉnh hao mòn
ngợp sáng quá
ngợp hứng trí
nước Nhược non Bồng
động phủ thần tiên ngàn xưa vương vất
dấu tích
.
Đào Nguyên
Tiên nữ
như tấm cát phẳng lờ
như lụa căng, trinh bạch
giữa mùa trăng
đâu là chín phương trời, mười phương phật
cả không gian chập chờn những màu sắc phiêu diêu
đôi đồng tử lờ đi vì chói lói...

.
Trăng
& trăng
ngập lụt trong trăng
trôi nổi bình bồng đến một tinh cầu xa lạ
ánh sáng tràn trề
ánh sáng tràn lan
ngả vạt áo
bọc lấy, bọc lấy
đồ châu báu...
.
Thanh thoát, tinh khôi
tươi tốt và oai nghi
tượng Đức Bà Maria là đức tinh truyền chí thánh
sốt sắng quỳ lạy mong ơn bào chữa
hí hửng như xuân
xênh xang cơ hồ ngây thơ
người con gái 15
trăng rằm
sắc đẹp nhu mì
dưới trời thu
thưởng thức
âm thanh rung động khí trời
những ánh trăng tan thành bọt sáng
ánh sáng đêm nay
buồn thương và nhớ tiếc
lên trời
tìm ánh sáng muôn năm *(5:12 am)*
Stanton California Sept. 22nd, 2021

CHƠI XUÂN

Nửa khuya trời đổ mưa Xuân
sáng nay xuôi phố, phố gần phố xa
dạo chợ tết ngắm người ta
nhiều cô gái nhỏ nõn nà chơi xuân
chân dài mông mọng môi non
hồn nhiên khoe dáng giữa dòng nhân gian
lạ kỳ bất chợt hoang mang
giật mình bắt gặp Nhỏ đang mỉm cười
lâng lâng bước ngắn bước dài
năm nay phố nhỏ người đi bên người
ta về tinh thể hoang hoài
để dành đêm xuống ngậm ngùi chiêm bao
nửa khuya trời đổ mưa mau
tuyệt mù xứ lạ nhớ nhau vô chừng
Stanton, California Jan. 17th, 2024

CHỢT MƯA

Mưa về mở cuộc ngủ nghê
mưa năm bảy bữa lê thê địa cầu
mưa nào mưa chẳng đeo sầu
xin thưa người chỉ thấy màu cô đơn
chút lòng từ độ sang đông
mùa xuân bên cạnh bóng hồng xa xa
có khi từ lúc sang mùa
si mê một thuở chuyển qua vô thường
nhẹ nhàng ngày tháng phù vân
nhìn hoa rung động dặm phần lắc lơ *(mờ sáng)*
Stanton California May 29th, 2020

CHÙM THƠ CÚNG DƯỜNG

NGƯỜI ĐI
Người đi ngàn năm trước
Pháp ở lại cõi người
Tiếng chuông xưa thuở ấy
Nơi quê nhà còn ngân

CON ĐƯỜNG
Người là Phật đã thành
Ta là Phật đang thành
Từ em nguồn thơ dại
Con đường trần hồn nhiên

SÁM HỐI
Ta ngày đêm sám hối
Vì suốt đời yêu em
Tham sân thơ cứu rỗi
Vẫn còn một chữ si

BÊN PHẬT
Trên trời dưới cũng trời
Ta tìm về bên Phật
Cho nỗi đau trầm tích
Cho tâm sáng tinh khôi

CHUÔNG VỌNG

Biệt trần gian Người đi
Pháp ngàn năm còn đây
Bên Tăng nghe chuông vọng
Lòng trần nhẹ như không

NIỆM PHẬT

Con đường tu còn xa
Đời người thoáng mây qua
Chiều về chuông ngân nga
Cúi đầu niệm A Di Đà

TUỔI THƠ PHẬT TỬ

Đưa con vào sân chùa*
Nhìn tuổi thơ Phật Tử
Những thiện tâm ngát sen
Tim ta thẩm thấu dần
Niềm an lạc vô biên *(1:42 pm)*
Stanton California May 2017 – May 21th, 2024
*chở hai con vào chùa Phổ Đà Santa Ana, California sinh hoạt Phật Tử mỗi sáng chủ nhật

CHUYỆN NGÀN XƯA

Cô bạn ngày xưa bạn biết không
bồi hồi gặp lại nơi xứ người
sao bạn nghe rồi... rồi... làm thinh
nét xưa còn đó người xưa đó
cô bạn ngày xưa của tôi đâu
thời gian như một cơn hồng thủy
cuốn ra biển cả chuyện Ngàn xưa

.
Ngàn xưa phố xưa những ngày thơ
cho tôi gặp lại người xưa ấy
kể chuyện ngày xưa trường lớp xưa
nói nhỏ bạn nghe tôi nhớ ai
tiểu diện ngoan hiền dáng tiểu thơ
cho tôi gặp lại người bạn cũ
chỉ kể nàng nghe tôi đã yêu
người muôn năm cũ chuyện Ngàn xưa

.
Nét xưa còn đó người xưa đó
cô bạn ngày xưa của tôi đâu
dường như có ai đó vỗ về:
*"Chuyến về tuổi thơ không bán vé
Cô bạn trong tim tìm đâu xa!"* (5:58 PM)
Stanton California July 8th, 2022

CHỪNG NÀO EM VỀ

*Chừng nào đưa em về
còn bao ngày qua đây
còn bao đêm nấu ruột
tiếng mưa ru hồn tôi*

*Ai qua nắng vàng tươi
xa lắt lơ!, phai tàn
một thời ai thơ dại
sớm mai sẽ hôn hoàng*

*Thơm trái sầu chín rục
vẫn hoài đong đưa hoài
dẫu ướt mơ xanh mượt
Ừ!, đành vô thường thôi*

*Róc rách yên ả trôi
lâu rồi! đêm nay mưa
rừng nguyên sinh mát rượi
tiền kiếp vừa qua tay*

*Em cười như hôm qua
nhẹ êm như tiếng mưa
tiếc ngẩn ngơ thoáng hiện
giấc ngủ hoàng hoa hiền*

*Chừng nào đưa em về
cần em biết chừng nào!
trái đời nào chín mọng
một phần đời! em đâu!* *(3:05 pm)*
Stanton California Mar. 30th, 2021

CHỨNG NHÂN

Giá như trả lại hết cho đời
Giữ lại cho mình một thoáng vui
Giá như tát cạn thời gian ấy
Cho mình trở lại chuyện thơ ngây
.
Trăm năm mùa xưa về than thở
Hình như chiều đang chuyển sang đêm
Trăm năm mưa về qua tháp cổ
Dường như tiếng lòng tí tách rơi
.
Đầy vơi năm mới qua 10 ngón
Sao còn rung động nét xuân ngoan
Hồn tôi là những ngày tháng cũ
Sao còn mùa mới... đành chứng nhân *(8:05 am)*
Stanton, California Mar. 19th, 2019

DẠ QUỲNH HƯƠNG

Vòng tay ôm lấy bờ vai
của tôi gối chiếc mộng đời hư hao
đêm đi từ những buổi chiều
câu thơ tôi viết hắt hiu giọng buồn
trở mình mình lại thương mình
trăm năm cõi mộng chút tình phôi phai
nhớ xưa xa dáng hoang hoài
về chi cố quận xuân ôi! ngỡ ngàng
đêm nay ước một vòng ôm
về khuya nghe thoảng mùi hương Dạ Quỳnh *(8:17 am)*
Stanton California Sept. 24th, 2020

DÁNG XƯA

(Nhớ Trịnh Công Sơn)

Cổ em mấy ngấn môi gần
Mưa chiều thèm nụ hôn ngoan khép sầu
Hai hàng lá đổ vào thu
Kể từ duyên nhạt nỗi đau thêm dài
Không em ngày bước qua ngày
Đêm rây bụi đỏ xuống đời buồn sao!
Vàng rơi vắng dáng tiểu thơ
Mộng mơ nhuốm bệnh lỡ mùa yêu đương
Tình đi xăm những vết hằn
Lên da thịt những vết nhăn tuổi đời
Xót xa biển động mù khơi
Biết em còn nhớ cuối trời chim di
Trăm năm tháp cổ hương hoài
Em đi bỏ lại ngậm ngùi lên tôi
Ngàn năm tháp cổ mưa mai
Nửa khuya sỏi đá gọi ai bạc đầu
Stanton California Apr. 4th, 2022

ĐÂU MÙA HOÀNG HOA

Thì thôi ta về buông quên hoàng hoa
em đi mất hút nơi khúc rẽ chợt mưa... vô thường!
qua mùa chiêm bao từng đêm tàn canh
thu xa đông buốt màu trăng xanh lạ kỳ
nghe hồn ta mùa xưa chừng như phôi pha
đào hoa vàng lá trôi trên dòng đời ngược xuôi
đâu ngày xưa và mùi em liêu trai
em đi bỏ lại đâu phải bước đầu ta tập tễnh một thời
vào yêu
bây giờ tình mình đôi bờ sa mù
ta về đây bên hiên phố lạ ôn cố bạc đầu tóc tơ
hoài thương người ta sao nghe đời mình hoài ngu ngơ
ừ! thôi thì trăm năm ai cũng mộng mơ vài lần
nhiều lần bơi trên cùng dòng sông
thì đời ta coi như gửi lại bên cồn loang loáng hồn
buồn? chào mi! đau? chào mi! bao lần chiều xưa
những nụ hôn... những nụ hôn chưa kịp trao nhau thì
tạnh mưa
bất ngờ (6:27 am)
Stanton California Nov. 8th, 2024

ĐÊM

Có một thế giới khởi sự sau một ngày:
đêm.
Đêm, người bạn đang độc hành cùng tôi
qua nửa đời còn lại,
vô tình hay thầm lặng
đến
và đi
ngày qua ngày.

.
Ngủ trong đêm.
những cơn mơ trầm cảm
nơi lãnh địa bí hiểm
con quái vật khổng lồ ghê rợn
ngấu nghiến tâm hồn tôi
trăm năm thơ dại
cơn hồng thủy duy nhất và cuối cùng
hủy diệt tâm hồn tôi
ngàn năm thơ dại
may mà hiếm hoi
nên hoài nuối tiếc
em hiển hiện
cứu rỗi tâm hồn tôi
trăm ngàn năm thơ dại
sao nụ cười thật quen
em, của tôi tiền kiếp
một giấc mơ

.
Thức với đêm
tâm hồn tôi,
những bài thơ
sẽ ở lại
sau một đời sống
như hằng hà sa số đời sống cứ đến rồi đi
sau cuộc rong ruổi bản năng nghìn dặm thiên di dần
về hư vô thiên thu cố quận
qua độc đạo
trăm năm cô đơn *(8:15 am)*
Stanton California Mar. 28th, 2019

ĐÊM MÂY MƯA

Mưa mây rơi thương mùa vàng qua nhanh
chưa mùa đông đâu đây hồn hàn băng
mưa rơi rơi nghiêng chiều thu buồn tênh
mưa ơi mưa mưa cời mùa hoàng hôn
.
Ta hoang mang em tinh ma hồ ly
dòng dung nham tràn qua bờ khe hoang
nào ngờ ai nguyên hình loài chồn tinh
linh hồn nằm chờ lai sinh trầm luân
.
Tà huy bay nghê thường xiêm y buông
em dày dày* mông cong bờ vai thơm
em hồng hoang liêu trai vàng loang cồn
đầu đêm về mình giao hoan kinh hồn
.
Ta yêu em bằng tình đầu cuồng điên
yêu mê man quên đời qua vô thường
mang theo về miền thiên thu mây ngàn
khuôn trăng đầy hây hây tòa thiên nhiên* *(2:46 pm)*

Stanton California Oct. 2023 – Oct. 14th, 2024
*Dày dày sẵn đúc một tòa thiên nhiên (Kiều, Nguyễn Du)

ĐÊM NOEL
NGHE TINH THỂ PHỤC SINH

Đầu đông hồn còn ngu ngơ
nghìn trùng cố quận nguyên sơ mơ huyền
nửa khuya buốt lạnh hồn hoang
nhớ người thương nhớ người thương lụng là
cơ hồ tình đã mù sa
Noel năm trước lá hoa cời mùa
sao giờ hồn phách mơ hồ
chút này thơ dại trước sau xin chừa
đêm dài đứt khúc chiêm bao
chuyến xe lướt tuyết quà trao nhiệm mầu
khi về mang hộ tình sau
ta nằm ru giấc mộng sầu Thu Nguyên
đêm Noel ơi! đêm Noel!
chút duyên đánh mất dặm ngàn buông quên
lòng buồn ươm thơ cũng buồn
cầu mơ xa lắc mưa nguồn quá khuya
hiên Tây tuyết rụng như hoa
ai đi về cõi nhạt nhòa chân như
bên kia mấy nhánh gục đầu
tuyết che lấp lối hư hao con đường
trở mình tỉnh giấc miên trường
ngỡ ngàng đâu đó khuôn thương thiên thần
sáng mai tinh thể phục sinh
về qua phố nhỏ Giáng Sinh giăng đèn
nhỏ chân dài dáng hồn nhiên
khù khờ ngỡ... xuống cồn vàng, còn say

Stanton Little Saigon California Nov. 12th, 2023

ĐÊM TRẦM CẢM
(trên Quán Văn, Nguoi-Viet Daily News California)

THỨ TƯ - SỐ 12207 - 10 tháng 4, 2019 (Mùng Sáu tháng 3 năm Kỷ Hợi)

Thơ LÊ MINH HIỀN

Đêm trầm cảm

ngoi ngóp thở trong đêm đen tuyệt vọng
dạt vào bờ trơ tinh thể xanh xao
may chút thơ cứu rỗi hồn hoang vắng
ta khô môi nơi huyễn ảo giang đầu
giọng ngọt lịm cuối hoàng hôn lỡ nhịp
tiếng ai cười cao vút cõi người ta

em là ai ghé thăm ta ngây ngất
cả trời xuân nở hàm tiếu nguyên sơ
ánh chiều buồn bên hiên lòng hiu hắt
tiền kiếp nào trong những giấc chiêm bao
ta cô đơn một trăm năm không ngủ
đời buồn tênh thương tiếc mộng ban đầu

em con gái môi hé nụ hồng thơm
đừng làm bộ ngây ngơ đừng chành chọe
em là em và tôi mãi là tôi
em đi ngang cười tròn xoe đôi mắt
chút nước hoa cho da thịt nồng nàn
con suối cạn bỗng nhiên nguồn lênh láng...

và tôi sẽ nói sẽ cười thoải mái
cho bên nhau em ngoan ngoãn hồn nhiên
cho thơ tôi vẫn còn tươi rói rói
cho trần gian vẫn còn chút dễ thương
em cứu tôi thoát ra cơn trầm cảm
tâm hồn ta thanh thản nhẹ như mây.

(Stanton Calif., USA, 12 Tháng Mười Hai, 2017)

(Nguồn: hienlehuong@gmail.com)

ĐIỆU BOLÉRO BUỒN CUỐI NĂM

Lòng tui tan hoang từ dạo ấy
bậu đã sang sông bến vắng thuyền
giọng ca đường phố nghe nẫu ruột
đâu người năm cũ phố nghèo gánh nước thuê

.
Lỡ miệng ngâm nga câu tân cổ
tiếng lòng tui đó chợt xuân xanh
shopping chiều cuối năm vắng khách
xứ người lâu quá ngỡ quê hương

.
Đưa tay xé nốt tờ lịch cuối
tóc đời chín rục rụng trắng vai
lòng tui trăm năm hiền không nói
lòng bậu đâu có bao giờ tưởng đến tui
nhớ bậu huyền hoặc từ tiền kiếp
may mà trong mơ gặp lại đêm cuối năm *(3:09 pm)*
Stanton California Jan. 01st, 2019

ĐỌNG GIỌT SƯƠNG SA

Sương rơi đầu mùa đông ngơi
cây đời tạo dáng vòng đời trầm sinh
người đi vàng rơi đầu ghềnh
cuối bãi cồn lạnh nguyên trinh gợn ghì
ta nằm nghe lời tồn si
mê hoang khấp khểnh bước đi gập ghềnh*
thiên thu mưa rơi buồn tênh
một mai còn tiếc nghê thường chiêm bao
đời còn chi đời hư hao
nghe trong buốt lạnh lao xao thì thầm
về đâu đây đêm từng đêm
giã từ mộng mị môi mềm ngực thơm
ngu ngây ta ngu ngây em
mùi tinh thể ấy cởi xiêm y tà
thương hoài ngày xưa... ngày xưa...
đêm đi còn đọng sương sa bụi hồng *(9:45 am)*
*Đoạn trường thay lúc phân kỳ !
Vó câu khấp khểnh bóng xe gập ghềnh. (Kiều, Nguyễn Du)
Stanton California Nov. 14th, 2024

ĐỪNG

Đừng hỏi nhé! mùa thu chưa tỉnh giấc
Em hồn nhiên thiên thạch giữa ngân hà
Đừng hỏi nhé vòm xanh mùa đã bấc
Dở dang nào cũng ở phía xanh xa*
.
Đừng hỏi nhé! mùa đông còn nguyên buốt
Em thiên nhiên vệ nữ dưới mưa ngâu
Đừng hỏi nhé hoàng hoa mùa tỉnh thức
Hành tinh nào bãi sậy lại cồn lau
.
Đừng hỏi nhé, mùa xuân chờ khai hội
Em kiêu sa châu ngọc sáng tinh cầu
Đừng hỏi nhé cầu vồng mùa mấy cội
Yêu thương nào cũng hồn phách tương tư
.
Đừng hỏi nhé, mùa hè thời con gái
Em tiểu thư áo dài trắng sân trường
Đừng hỏi nhé ngày xưa ngàn tay với
Kỷ niệm nào cũng trầm tích sinh nguyên *(2:15 pm)*
Stanton California Apr. 2022 – Dec. 13th, 2024
(P/s, * khổ đầu trong bài thơ 4 câu của Hồng Nhung Đỗ(fb), Hà Nội

EM & MÙA XUÂN

Có giọt café ngập ngừng
Có giọt café vội vàng
Rơi xuống nằm bình yên
Thành ly vệt mù sương

.

Có cuộc tình qua nhanh
Có cuộc tình hoàng hoa
Qua bốn mùa nắng mưa
Bên nhau về cội nguồn

.

Café nào không đắng
Cuộc tình nào không say
Café còn chờ pha
Thơm mùi thơm lạ lùng

.

Cuộc tình còn dở dang
Đẹp như lời hẹn hò
Mùa xuân về đâu đây
Và em về bên tôi

.

Có giọt sương tinh khôi
Lăn tròn trên lá xanh
Mùa xuân về long lanh
Tuyệt vời trong mắt ai

.

Dễ chừng em chưa hay
Mùa xuân về hôm qua *(1:30 khuya)*
Stanton California 2018 - Dec. 28th, 2023

EM CÓ NGHE TRỜI LẬP XUÂN

Em có nghe!
đâu đó
rất nhẹ...
hình như trên một nụ hồng phấn
trước sân nhà...
trời vừa lập xuân
.
Những giọt sương mai như ngọc đọng lại từ đêm qua
trong vắt thủy tinh
nặng trĩu lăn tròn, dài
trên những chiếc lá xanh non
và những nụ hoa dại
lay động
trong tinh mơ
.
Yêu anh nghe em!
như anh yêu mùa xuân
như anh yêu một nụ hồng phấn
như anh yêu những giọt sương mai...
khi trời vừa lập xuân
sáng nay
.
Khi sương chưa tan*
đồi cây là những huyền mơ
như tình mình
đang còn đẹp màu dang dở *(8:55 AM)*
Stanton California Mar. 2016 – Mar. 21st, 2024
*Khi sương chưa tan
Đồi cây là những huyền mơ
Khi sương tan rồi
Đồi cây là những bơ vơ (4 câu thơ tg đọc những ngày xa xưa trên một tạp chí vào thập niên 70, không nhớ tên người viết ra...

130 - Lê Minh Hiền

EM ĐÂU GIỐNG MỘT CƠN MƯA

Chợt nhớ lâu rồi không mưa
đôi khi thương nhớ ngày xưa
chiều nay nắng mỏng lụa là
hạ vàng phượng tím mây qua
Em đâu giống một cơn mưa
.
Nhiều năm đã nên cố quận
ngậm ngùi nhớ quê vạn dặm
vàng phai tóc mai lận đận
cố nhân nửa khuya gặp lại
gởi về một chút bình yên
.
Chợt nhớ lâu rồi không mưa
đêm nay giọt vắn giọt dài
đâu như người ta ngày xưa
mù tăm từ độ chia tay
Em đâu giống một cơn mưa *(1:06 khuya)*
Stanton California July 27th, 2024

EM NHƯ TRĂNG RẰM

Em đi về hoàng hôn vàng ươm mật
ngày tan dần vào đêm tối hồng hoang
trăng đêm rằm như nét em ngây ngất
hồn nhiên vui giữa vũ trụ khôn cùng
.
Lá thu tím cuối hè lay nắng ngọt
có một người chờ khuya đến thơm hoa
bàn tay nhão có buồn nhìn tóc bạc
mắt vẫn tình hồn hoang đẹp như mưa
.
Ngày buồn tênh và đêm đen đến vội
bên bờ đời hàng thành cũ* rong rêu
những cô bé khởi hành thời con gái
trái chín xanh gợi nhớ mộng ban đầu
.
Giữa ban ngày và đêm đen bất chợt
duyên cuối mùa và tiền kiếp chiêm bao
em phân thân giữa hai dòng hư thực
ta phân vân lạc giữa cõi hư vô
.
Trăng tháng tám mùa trung thu trở lại
em giờ còn nguyên khờ dại tuổi thơ
lúa dậy thì thơm hương mùi con gái
ta giờ còn nguyên vẹn tuổi ngu ngơ *(11:59 khuya)*
Stanton California Aug. 2018 – Sept. 17th, 2024 Rằm tháng 8
*Lòng ta là những hàng thành quách cũ (thơ Vũ Đình Liên)

EM QUA BỐN MÙA

Mùa đông lá ngủ
mùa hạ mơ hoa
xuân hồng rất lạ
mây trắng thu về
mưa chiều ướt vai
có người con gái
bên kia cầu vồng...
yêu em tình cuối
đau như tình đầu

.
Em qua bốn mùa
theo về lối quen
ngày qua một ngày
mắt em ngây tròn
em cười em nói
ta chợt bé con
trên giòng suối nhỏ
có chút chòng chành
đời chợt bình yên

.
Em qua bốn mùa
nụ tầm xuân nở
xanh biếc thềm hoang
bên khung cửa hẹp
ta ngồi một mình
nhớ về ngày cũ
sớm mai buốt lạnh
bao giờ phố vắng
đời chợt dễ thương

.
Em qua bốn mùa
theo về lối quen
nắng vàng như lụa
mật ngọt trời xanh
em cười hân hoan
một thời thoáng hiện
dáng xưa đâu đây
hương qua thơm ngọt
đời chợt đáng yêu
.
Bốn mùa mưa nắng
em buồn như mây
em vui như lá
nên một bài thơ
vì ta khờ dại
quên mau tình đời
chiều xuống bên vai
yêu em tình cuối
đau như tình đầu *(1:55 pm)*
Stanton California May 24th, 2021

EM QUA PHỐ GẦY

Tháng Tư nắng lụa
đâu mùa thiên thai
em non nõn nà
nghe hồn mơ phai
.
sương tan ngày mớí
tàn giấc mơ khuya
mầm yêu non nẩy
giũ áo hoàng hoa
.
đường hồng mấy lối?
em xa nghìn xa
cầu mơ hoang hoải
ta về trong ta
.
ngó chân mộng mị
mông mọng mây mưa
còn đâu... mấy lối
tình xưa bốn mùa
.
ngó tay mười lối!
ngực trắng vai ngần
nửa đêm tiếc nuối
tình đã bay xa
.
Đêm nao mắt lạ
em chợt lõa thân
anh nhìn chết lặng
phố khuya hao gầy *(5:020 pm)*
Stanton California Apr. 2017 – Apr. 17th, 2024

EM, LOÀI HOANG SƠ N

Mây chiêm bao cho mùa thu hờn ghen
chưa mùa đông nghe đâu... lòng hân hoan
mưa giăng ngang nơi chiều về buồn tênh
mưa đầu mùa ngoan hiền cởi hoàng hôn
.
Anh yêu em như tình loài hoang sơn
dòng dung nham tràn qua bờ tư tương
nào ai hay ngờ tro non trầm ngưng
linh hồn buồn chờ khơi lên yêu đương
.
Tà huy bay nghe đâu đây hương vương
em chân dài thơm mùi thời hồng hoang
em xuân thì Nguyên Thu cởi tình anh
đêm cô đơn đêm huyền mơ nghê thường
.
Tình yêu em như tình đầu sao quên
yêu điên cuồng chờ thời gian vô thường
mang theo về miền thiên thu bình yên
khuôn trăng đầy hây hây màu môi non *(4:29 sáng)*
Stanton, California Oct. 12th

GẶP NHỎ THÁNG MƯỜI
(tặng một cô bé rất xinh và tốt bụng)

Tháng 10 chớm lạnh non như cỏ
mưa nhẹ ngoan về nghe rất vui
rũ hạt long lanh trên tóc ướt
Nhỏ cười giòn giã giữa nhân gian
.
Tháng 10 mới về xanh như lá
phố nhỏ có em phố rất vui
ngày mai đời có còn gì lạ
thương mình nghe lòng sóng lao xao
.
Tháng 10 chiều hoang loang chút nắng
Nhỏ hiền như ngày ấy ngu ngơ
lòng vẫn bình yên như tường cũ
đời dẫu rong rêu hồn nguyên sơ
.
Tháng 10 đêm nay trời trở lạnh
may mà gặp em tuổi đôi mươi
cho ta còn viết câu thơ đẹp
độ lượng thấy đời còn rất xuân
.
Tháng 10 gặp em xinh rất xinh
dường như... mình có một chút duyên
một thoáng tháng 10 cơn mưa tạnh
tiếng cười giòn giã dễ gì quên
.
Ngày tháng xưa giữ lại người xưa
ngày tháng này thương mình cô quạnh
những nõn nà thơm mùi con gái
đêm về mộng mị những chiêm bao *(1:53 chiều chủ nhật)*
Stanton California Nov. 2019 - Oct. 6th, 2024

GIÃ TỪ ĐÊM NGHÊ THƯỜNG

Đêm nay mưa về
vườn xưa trăng hồng
hồn nhẹ như không
Quỳnh Hương thơm hương
ngực trinh vai ngần
ngồn ngộn thiên nhiên
nõn nà trinh nguyên
mây mưa một lần
hai đầu cách ngăn
biển xanh nối liền
cuối mùa hồn hoang
hồn như mưa buồn
ngàn năm tiếc thương
đêm nào nghê thường
trăm năm cuối đường
tơ lòng còn vương
.
Đêm nay mưa về
người ơi nghìn xa
mây mưa mây mưa
một lần... mù sa
nhớ thương khôn cùng
bao giờ phôi pha
mùa yêu ngày xưa *(10:10 sáng)*
Stanton Litte Saigon California 2016 - Apr. 16th, 2025

GIÃ TỪ HOA QUỲNH MỘT ĐÓA

Trở về mái phố ngày xưa
em vừa vỡ giọng lá hoa vàng thềm
khe qua sợi chỉ trôn kim
môi non thơm ngọt huyền êm lụng là
.
Dại khờ rung động mây mưa
đôi con mắt đẹp em làm ma soeur
thương sao dáng nhỏ ơ thờ
em hay tiếu diện ngây thơ tội kìa!
.
Cà rem lạnh buốt tuổi hoa
nhem nhem buốt lạnh thèm sao là thèm
ghê răng mắt liếc môi mềm
em giờ nét ngọc nảy mầm nguyên trinh
.
Làm sao dốc ngược thời gian
uống ly nước lạ hoàn đồng tồn sinh
mùa xuân con én lượn quanh
ngu ngơ nở muộn mưa nguồn mấy khe
.
Đêm nay Quỳnh nở bên hè
trở mình tinh thể đi về hư hao
một đêm mấy giấc chiêm bao
một đời chợt nuối huyền mơ mộng thường
(5:43 chiều vàng phai dần)
Stanton California Mar. 2023 – June 14th, 2025

GIAI NHÂN THANH TÂN

Mưa nguồn đại ngàn
Đêm đen canh tàn
Ngày xưa huyền mơ
Tháng năm sương mờ
Tóc đời phôi pha
Tình yêu lụng là
Dòng đời trôi xuôi
Ngoảnh lại ngậm ngùi
Tình sau còn đâu
Mưa ngâu giọt sầu
Nắng hạ mây qua
Vòng tay bốn mùa
Mộng thường giai nhân
Thanh tân ngại ngần
Ngực trần thơm hương
Chiêm bao nghê thường
Rung động hoàng hôn
Cô quạnh hoang hồn
Mù sa ngất ngây
Đường hoa hao gầy
Thương nhớ người ta
Dáng ngoan mờ xa
Còn đâu em ơi!
Cầu mơ mù khơi
Mưa rơi... mưa rơi...
Thương hoài người ơi! *(7:56 AM)*
Stanton California Mar. 2019 – Mar. 25th, 2024

GIÁNG SINH KHÔNG EM

Đêm Giáng Sinh tàn canh
em không về bên anh
trở mình nhớ người thương
thôi dậy uống café
đêm đông lạnh buốt hồn
nhìn lên Chúa Jesus
trên thập tự ngàn năm
Người nhìn xuống đời con:
mái đầu tuyết trắng phau
bình yên đời bình yên
chiêm bao đêm nhiệm màu:
người thương sao không về
đêm Giáng sinh buồn sao!

.
Từ dạo ấy chia tay
tình cuối buồn hư hao
trên cồn hoa vàng xưa
vừa hé nụ vô ưu
chưa kịp nở vội tàn
hiên Tây cơn mưa chiều
qua đời anh quạnh hiu
đêm Noel qua rồi
chuyến xe hưu cuối cùng
vừa khuất xa... ngậm ngùi

.
Đêm Giáng Sinh tàn canh
em không về trong mơ
tuyết trắng ngập vườn sau
thơm lạ mùi café
hương trinh em xa mù
chết lặng hồn trăm năm
đêm nay Chúa Giáng Sinh
sao em vẫn không về
dẫu mộng mị nghê thường
cứu rỗi anh ngu ngơ
phục sinh một phận buồn *(6:02 tối mùa đông)*
Stanton California Dec. 2023 – Dec. 15th, 2024)

GIẤC MƠ HẠT NHÂN

Thằng bé nhìn thấy rõ ràng
chính nó đang nằm ngửa,
và bất động
trong khi một cơn mưa bom hạt nhân
đang rơi xuống
trên thân thể nó và chung quanh...
.
Cảm giác kinh hoàng xảy đến trong chớp nhoáng và
chấm dứt cũng nhanh không kém
trong nó chỉ còn
một nỗi bất lực chuyển dần qua trạng thái chấp nhận
tuyệt nhiên
nó nghe không những linh hồn nó mà ngay cả thể
xác nó dường như nhẹ tênh đang bềnh bồng đâu đó
trong vùng không gian bụi phóng xạ vừa phủ kín
toàn thân nó
cùng lúc
nó thức giấc!
nỗi kinh hoàng như vừa đánh thức trở lại
giữ thân xác nó tiếp tục bất động giây lâu
trong một nỗi cô đơn khôn cùng
trong tay nó là
quyển sách kiến thức phổ thông nó đã lén lấy xuống
từ tủ sách có cả trăm quyển sách đủ mọi thể loại của
ba nó nó vẫn thường xuyên đọc say mê ngay bên
cạnh góc nhà yên tĩnh ngay cả người nhà cũng không
vào quên cả thời gian không gian chung quanh
những khi ba nó vắng nhà...

.
Hơn 50 năm hơn nửa thế kỷ trôi qua nhanh như giấc
mơ hạt nhân ngày nào
thằng bé ngày xưa đang già đi rồi
những kho vũ khí hạt nhân
đã mọc lên như nấm
sau một cơn mưa xuân
trên hành tinh xanh
thằng bé ngày xưa từ một thời xa lơ lắc xa lơ
nay đang ngồi kể lại giấc mơ hạt nhân kinh hoàng kỳ
lạ ngày xưa còn bé của nó
trong khi nắng chiều vàng mật ngọt sóng sánh bên
ngoài khu vườn sau
và thật lạ... nó như nghe có âm thanh của một cơn
sấm ở xa... xa lắm vọng về
chắc đêm nay có mưa
thằng bé ngày xưa trong thân xác một người đàn ông
đang già đi
nghe có gì bần thần, tiếc nuối
về một thời xa xưa...
chiều về dưới mái hiên Tây
nơi xứ người lâu dần đã nên cố quận
người Cha, một ông giáo nghiêm khắc
đã ra đi về một nơi nào đó không còn vô thường...
lâu lắm rồi
trong lòng thằng bé ngày xưa hay trong lòng người
đàn ông đang già đi đang tồn đọng
một nỗi cô đơn khôn cùng! *(6:01 sáng chủ nhật)*
Stanton California Jan. 2021- Sept. 01st, 2024

GIỌT THỜI GIAN

Năm tháng đời người hữu hạn
như giọt nước
trong cơ hồ bao la nghìn trùng đại dương thời gian
như hạt cát
trong sa mạc hoang vu mơ hồ một ốc đảo ảo ảnh mờ xa
tôi đang khởi sự buông quên
rơi tự do
chờ một ngày thanh thản chấp nhận đáp xuống một
bến bờ vô hạn tuyệt đối nào đó nào ai biết trước ra sao
có gì đâu tôi ơi!
tháng 11 xanh mướt táo xanh
tháng11 tuyết băng trắng xóa trên những dãy núi mờ xa
tháng 11 thương nhớ quê nhà cố quận trời đày lũ lụt
hàng năm
tháng 11 vòng tuần hoàn thời tiết sẽ dần khép kín khi
cơn mưa đầu mùa trở về
và lòng tôi đứa trẻ năm xưa ngày nào thức dậy
cùng những cảm nhận ngu ngơ nôn nao nghe đâu
đây một mùa xuân nữa sắp về
có gì đâu tôi ơi!
tà huy nắng vàng phận người

.
Dẫu bên tôi có một người thương hay không
tâm hồn tôi vẫn trở về dễ thương như ngày xưa còn bé
tâm hồn tôi lại vô tư đầy ắp những rung động bất chợt
từ một cô gái xinh đẹp nào đó
như màng nhện trong hốc tối lãng quên
vừa khẽ rung
trong va chạm
từ một giọng hát liêu trai bất chợt
một ánh mắt
một mái tóc thề đủ dài sóng lượn trên bờ vai non
một bàn tay năm ngón như vô tình hay cố ý vén nhẹ
làm duyên
và hồn tôi lại khù khờ ngớ ngẩn chiều về mật ngọt
hườm mơ
một nụ thiên nhiên dày dày* mộng mị
cho hồn tôi vẫn liêu xiêu cuối mùa nắng hạ xác xơ

Stanton California 2022 – Nov. 25th, 2023

GIỌT XUÂN

Trăm năm giọt vắn giọt dài
giọt yêu đọng lại bên đời đêm qua
mùa xuân mới em như hoa
tuổi đi đổi lấy một tòa thiên nhiên
nõn nà mắt biếc môi non
hồn xưa rung động yêu em tình đầu
mưa về trên ngọn sầu đâu
chiêm bao thường trụ trên đồi gò thơm
nốt huyền thương ngực trắng ngần
ngu ngơ chết lặng bên dòng sông tương
ta về tinh thể đa mang
mùa xuân mộng mị tràng giang hoang đường
bước chân xuống... cồn hoa vàng
đưa tay hái nụ vô thường mù sa *(2:30-10:46 am)*
Stanton California Jan. 4th, 2024

HẠ TÍM

Tự bao giờ hạ về loang sắc tím
trăm năm sau nhớ lại một năm này
giẫm trang đời kể nhau nghe rất thảm
thời cách ly rồi kỷ niệm phôi phai
.
Em có buồn hai bàn tay mười ngón
bỏ con đường hai hàng phượng buồn tênh
khung cửa hẹp ngăn bước em hò hẹn
xe vút qua cuốn xác phượng phơi phanh
.
Những đôi mắt bây giờ thay tất cả
thay môi hồng hé nụ những răng ngoan
và làn mi chớp nhanh là tan rã
con tim nào còn giữ nhịp bình yên
.
Những vòng ôm chờ hết mùa phong tỏa
mùi tình yêu như trái chín ứng hoang
cõi nhân gian ngày nay sao thấy lạ
đêm mở màn, vở mộng, đẹp hoàng hôn
.
Tự bao giờ hạ về loang sắc tím
nắng vàng ươm, thành mây trắng, trời xanh
cơn đại dịch nhấn chìm tinh cầu xám
ngày tháng gầy phố nhỏ vắng giai nhân *(11:35pm)*
Stanton California May 21st, 2020

HOÀI NGUYÊN XƯA

(... họa thơ từ Diễm Xưa của Trịnh Công Sơn)

Tháng Hai em đến bên đời
mùa nguyên xuân mùa hồn tôi mưa ngàn
cổ em mấy ngấn môi gần*
mưa chiều thèm nụ hôn ngoan khép sầu
hai hàng lá đổ sầu đâu
kể từ duyên nhạt nỗi đau thêm dài
không em cao thấp qua ngày
đêm rây bụi đỏ xuống đời ngu ngơ
vàng rơi vắng dáng tiểu thơ
mộng mơ nhuốm bệnh lỡ mùa yêu thương
tình đi xăm những vết hằn
lên da thịt những vết nhăn tuổi đời
xót xa biển động mù khơi
biết em còn nhớ... tóc tai thề nguyền
trăm năm tháp cổ Thu Nguyên
em đi bỏ lại cội nguồn lên tôi
ngàn năm tháp cổ hoang hoài
nửa khuya sỏi đá gọi ai bạc đầu
tháng Hai mộng lạ qua cầu
thôi thì buông chấp xin màu lai sinh *(4:55 chiều)*
Stanton California Apr. 2022 – Mar. 10th, 2025
*Tháng giêng ngon như một cặp môi gần (Vội vàng, trong tập Thơ Thơ của Xuân Diệu 1938)

HOÀNG HOA CÁNH RỤNG

Không anh dang dở Giáng Hoa
không anh hò hẹn lỡ mùa ngây thơ
không anh ngày tháng hững hờ
miên trường tỉnh mộng còn mơ ơi người!
.
Tay nào năm ngón vàng tay
tay nào vụng dại thay lời: "Em yêu... "
nôn nao chờ nụ hôn đầu
cơn mưa tạnh vội nhìn nhau hết hồn!
.
Đêm vang vọng về đổ mưa
rơi nghe nẫu ruột cuối mùa hồng hoang
khung cửa hẹp khép tuổi hờn
hoàng hoa cánh rụng xa vùng tuổi xanh! *(6:15 am)*
Stanton California 11st, 202....

HOÀNG HOA KHÔN CÙNG

Không ai tương tư người ta
không ai chờ mong qua mùa ngây thơ
không ai thời gian ơ hờ
tàn canh sương mờ còn mơ ơi người!

.
Tay nào năm ngón vàng tay
tay nào vụng dại thay lời, "Em yêu..."
hư hao thèm nụ hôn đầu
mưa mây tạnh vội nhìn nhau hết hồn!

.
Đêm cùng vọng trời đổ mưa
rơi nghe nẫu ruột phố xưa đèn vàng
khung cửa hẹp khép tuổi hờn
hoàng hoa cánh rụng khép dần tuổi xanh!

.
Không ai không gian điêu tàn
màu trăm năm màu cô đơn khôn khuây
mai kia thiên thu hoang hoài
hành trang mang theo người ơi khôn cùng! *(1:02 quá khuya)*
Stanton California Apr. 2021- Dec. 14th, 2024

HOÀNG YẾN TRƯƠNG NHƯ

Em là hoàng yến
  Trương Như
    Ý là tiếng hát lạ và nét sầu liêu trai
      Hải hồ từ thuở sương mai
        Ngân huyền từ độ bên đời hoàng hoa
xin thưa xuân mộng pha phôi
ta đi từ những thơ ngây đến giờ
áo tiểu thư dốc sương mờ
chân dài lạc bước qua đôi bờ nhân gian
.
Trăm năm vài bước gập ghềnh
  nhớ!
    quên!
      quên!
        nhớ!...
đi về vơi... đầy
chuyện tình vướng cõi mơ phai
sáng nay xuống phố cơ hồ vàng tay
café giọt vắn giọt dài
hồn muôn năm cũ gọi mời yêu thương
rung động khởi sự bất thường
nghe trong đáy cốc tiếng mưa nguồn khe xa*
hồn nguyên sơ hồn ngày xưa
dẫu ngàn năm ta vẫn hoài mùa ngu ngơ
dạo nầy tương ngộ bất ngờ
nghìn xa thiên lý thẫn thờ dáng yêu
điệu buồn để gió cuốn đi
cầu mơ từ đó mắt môi lụng là *(5:25 am)*
Stanton California Apr. 24th, 2022
  *Ta về tinh thể đa mang/để dành khe chị trên tràng giang trôi, thơ Bùi Giáng, hai câu thơ tg đọc từ ngày xa xưa, không tìm thấy khi search trên Google!?

HỒN CÔ QUẠNH

Những đầu gai nhọn hoắc
xuyên qua trái tim khờ
con chim già gục chết
máu loang bụi mận gai
tiếng hót dần tắt lịm
vọng cuối bến giang đầu
sợi nắng chiều thoi thóp
bóng tối trùm không gian
đò ai cập bến đó
nghe lòng chùng khuya nay?
hồn Trương Chi cô quạnh
chừng vật vờ đâu đây
tiếc thương ngày tháng cũ
mộng trăng vàng mưa mây
ai người thương sao vội
bước vô thường còn xa
đời người như vân cẩu
tụ tan chuyện vô chừng
hồng trần thân cát bụi
qua cầu mơ buông quên
thoáng trăm năm quán trọ
tàn canh vừa... câu thơ
những nụ hồng trước ngõ
long lanh đọng sương mai
ai có về cố quận
nhắn người thương dại khờ
hư danh khung cửa hẹp
khép tình mình hư hao *(4:12 AM)*
Stanton California Nov. 14th, 2023

HƯƠNG THU

Chiều
trong màu thu vàng
hoàng hôn
hoa đành lòng
rơi
rơi...
(về nơi ngày xưa)
nằm
bình yên
buồn!
.
Đêm
trong hơi sương
khuya lay mình
trong vô tình
quơ bàn tay tội tình
như tìm ai...
dường như vừa qua cơn mơ
dường như ai cười
nghe như ai cười
đâu đây...

.
Đêm
im lìm
300 ngày trôi qua
như thường năm
như từ thời hoang sơ
đêm mùa thu
hồn hoang
miên man
buồn!
.
Ngày
tinh sương
mù sương
trà thơm
như
môi em thơm
ôi như!
da thịt
em...
thơm! *(4:00 tinh sương)*
Stanton California Oct. 9th, 2023

KIỀU MAI... KIỀU MAI

Đêm nay say thơ hay say Kiều Mai
Ồ! Kiều Mai... ơi Kiều Mai!
Kiều Mai trông kìa! Liêu trai!
Nhìn hình thương Mai thương Kiều Mai
Trăm năm rong chơi quen Kiều Mai
Thơ hay! Khà! Kiều Mai xinh!
Thương ai thương ai thương qua hình
Thương ai thương ai thương qua thơ
Ngàn năm... ngàn năm... thôi như mơ
Thiên thu hồn huynh thôi ngu ngơ
Đêm qua cô đơn thương sao! Kiều *Mai!* *(9:35 am)*
Stanton, California Mar. 2016- Mar.13th, 2024

KHÔNG CÒN HƠN CÓ

Nhớ Nguyễn Tất Nhiên! (1952- Aug. 3rd, 1992)

Chiều xưa trời đổ mưa Ngâu
mùa thu trở lại lá sầu lá rơi
bàn tay năm ngón thon dài
gìn vàng giữ ngọc mắt môi hoang hoài
thà như mấy giọt mưa mây
chưa tan đã tạnh người đi mặc tình
chiều nay mưa xuống Tây hiên
nhớ người thương nhớ người thương lạ thường
Trường giang gợn sóng hoàng hôn
dẫu lìa ngó ý sợi vương thành sầu
chiều nay trời lại mưa Ngâu
người ta bên đó sa mù từ tâm
thôi ta tình đã mù tăm
sợi hồn quấn cuộn từ hôm xa người
thà như mưa vỡ sương mai
không còn hơn có vàng khơi mấy mùa *(5:39 mờ sáng!)*
Stanton California Aug. 8th, 2024

KHỞI SỰ TRỞ VỀ

Những vết thương
những vết thương lòng
những vết sẹo
người đàn ông bước những bước chậm, vững vàng, không ồn ào
những buổi sáng vẫn yên *lành*
những hạt sương mai vẫn long lanh
những nụ hoa vẫn tươi mát
những nụ cười vẫn xanh ngát
thứ trái lạ đầu đời
như thuở xưa tháng ngày nào
xa lắc lơ
có chiếc vé tuổi thơ nào cho người đàn ông!

.
Chuyến ra đi,
trở về
hành trang không là gì
chỉ là nỗi ám ảnh ngày qua ngày,
là nỗi buồn
người đàn ông
đã khởi sự rồi
xa khơi
vầng chiều vàng rực càng chiều càng đẹp đang chìm dần xuống mặt biển thẳm đen
chuyến khứ hồi
bàng hoàng!
đời người
con đường hữu hạn
nhịp hồi quang
không!
vẫn là nhịp bình thường,
nhịp yêu thương
thì vô cùng *(9:25pm)*
Stanton California Sept. 01ˢᵗ, 2020

KHỞI SỰ XUÂN

Đêm giao mùa
   ngắt lạnh ngàn mưa
      nhẹ nhàng tinh thể xuân xa xưa về

Hồn như sương
   đọng lá hoa cồn
      thiên niên vạn kỷ vẫn còn hoang sơ
.
Mới như xuân
   sắc nhuộm trần gian
      sáng nay chợ tết mai vàng phố quen
.
Đường phố quen
   dập dìu tình nhân
      ngẩn người bắt gặp gái Xuân mỉm cười
.
Dòng thời gian
   khởi sự ngập ngừng
      dường như em cũng thiên nhiên lụng là *(9:55 pm)*
Stanton California 2022 -19th, 2024

KHỞI SỰ XUÂN VÀNG

Em yêu ơi!
có nghe mùa xuân vừa trở về
miên mơn trên những nụ mai vàng
đang lay lay rùng mình...
trong tinh mơ sau một đêm buốt lạnh
và những giọt sương
long lanh
trên thân hoa
hay tròng trành lăn tròn
trên lá xanh
.
Em yêu ơi!
tình yêu
như nụ hoa vàng
như lá xanh
như giọt sương đêm
như đám mây bay
một ngày...
hoa vàng sẽ tàn
lá xanh sẽ rụng
giọt sương đêm huyền sẽ tan
mây sẽ bay đi
và một ngày...
tình yêu lại khởi sự hồi sinh
như mùa xuân vừa trở về
nảy mầm
trong nắng mai...

.
Em yêu ơi!
ví dầu tình mỏng như sương*
xin cho hoa nở lừng hương ban đầu
mai kia theo gió về đâu
cũng còn thoảng nhẹ chút sầu quạnh hiu (10:14 khuya)
Stanton California Mar. 2020 – Jan. 20th, 2025
*khổ thơ lục bát của Lê Thanh Xuân, có thay đổi vài từ (1947 –)

LẠC HỒN

Hồn tôi đó rừng nguyên sinh hoang dã
em đi về hoa dại nở vàng ươm
cỏ xanh mát dưới đôi bàn chân nhỏ
tóc huyền bay vờn tháp cổ em non
.
Hồn tôi đó một thập niên trầm tích
nằm ngủ vùi mặc hoang phế thời gian
một chiều thu em lỡ tay xao động
làm sao đây trả tôi lại nguyên sơ
.
Hồn tôi đó hay lạt lòng độ lượng
làm hiền nhân hay cảm động vô chừng
loài hồ ly em vô tâm hóa kiếp
tôi ngu ngơ nên lạc lối đường về

Nửa đêm nay hồn bên hồn nương tựa
lạnh tàn canh thức tỉnh mộng chiêm bao
hồn tôi đó xin một lần chợt tắt*
giấc ngủ dài hoang phí cuộc trăm năm *(8:35 pm)*
Stanton California Aug. 2017-Aug. 02nd, 2024
*Thà một phút huy hoàng rồi chợt tắt,

LỠ NGU NGƠ THƯƠNG

Cởi hồn cồn hoang
cố quận ngàn xa
nửa năm lận đận
nhỏ thành... người xưa
.
Bao giờ còn thương
tình cuối mưa mây
mùi em con gái
nõn nà thương ơi!
.
Trăm năm còn thương
người thương vô thường
tóc dài dợn sóng
quanh bờ vai ngoan
.
Ngàn năm còn thương
người thương lạ thường
buồm mi sóng mắt
thuyền anh lạc dòng
.
Năm tháng vắn dài
chiêm bao mưa ngàn
ngực mông mộng mị
dáng nhỏ nghê thường
.
Người thương hay hờn
trách anh khù khờ
làm người ta giận
sao còn ngẩn ngơ
.
Dưới tầng tháp cổ
dập dềnh ngực non
nhỏ còn vén áo
nốt huyền eo thon

.
Nửa năm buồn tênh
nhớ giọng người thương
dễ thương thoáng ngọng
dễ gì chóng quên

.
Cô đơn hồn hoang
thơ ta một trời
kết tràng tâm trạng
đọng ngọc lưu ly

.
Trương Chi! Trương Chi!
trách người ngu ngơ
Mị Nương thuở ấy
ai người tương tư!?

.
Nguyên mùa thu vàng
đang rơi qua tay
chiều nay mưa tạnh
nghe trời vào đông

.
Có người làm quen
vết thương chưa lành
vô tình chợt hỏi
bao giờ hồi hương

.
Người thương còn đó
đã thành người xưa
người tui từng lỡ
ngu ngơ thương người!

Người thương! Thương người! *(3:42 pm)*
Stanton California Nov. 17th, 2023

LỜI BUỒN VIẾT LẠI

Anh về viết lại câu thơ
đường chiều sỏi đá hư hao ngậm ngùi
thương mà chi nhớ mà chi
dẫu lìa ngó ý bước đời buồn tênh
mùi hương em mùi trinh nguyên
thu thi mê muội lê mình tiếc thương
tình nay duyên đứt nợ vương
phố chiều lỡ gặp hồ trường cạn ly
tuổi đời giũ áo tà huy
trút tàn phong nhị thấy ai bên người
vòng đời nửa tỉnh nửa say
khéo dư thời hạn tiếc chi hoang hoài
xem như một giấc liêu trai
sau lần này! sau lần này! rồi quên!
xem như con tạo xoay vần
không em thì cũng... gập ghềnh tàn canh
hồn hoàng hôn, hồn nguyên sinh
theo ta qua chốn nhân gian lọc lừa
chuyện ngày xưa chuyện ngàn xưa
mây qua phố nhỏ xuống mưa ngập ngừng *(4:41 PM)*
Stanton California Apr. 2016 – Apr. 7th, 2024

MAI TA ĐI XA NHỎ Ở ĐÂU

Mai ta đi xa Nhỏ ở đâu
nguyên phong lá rụng hồn phiêu dạt
thu mùa vàng mới đêm nhiệm mầu
hồn ta cô quạnh hàng thành cũ
trầm tích mười năm chợt mộng du
hôm Nhỏ qua cầu nguồn kết bạn
khởi sự tình mình như ngày xưa…
.
Mai ta đi xa Nhỏ ở đâu
gương mặt ngoan hiền dễ thương lạ
cong môi nũng nịu: "Sư phụ nè,
bút hiệu của Nhỏ gọi sao đây?"
nguyên từ họ Nguyễn. Ừ! bỏ ngã
thu tên bỏ Lệ đời sẽ vui
một mai đôi khi đời mấy đẹp
cứu rỗi tâm hồn Nhỏ: nàng thơ
.
Mai ta đi xa Nhỏ ở đâu
quỹ thời gian nghe chừng sắp cạn
tình cuối vô thường nghe xót xa
ngày còn bên Nhỏ ta hay nói
một mai ta về cõi thiên thu
chỉ mang theo mình nụ cười Nhỏ
ngàn năm hồ dễ mấy ai quên* *(5:28 sáng)*
Stanton California Oct. 14th, 2023
(P/s, *Cái thuở ban đầu lưu luyến ấy
Ngàn năm chưa dễ đã ai quên, thơ Thế Lữ)

MAI VÀO THIÊN THU

Mưa rơi mưa rơi
rong chơi rồi về
thiên thu

Tình như mưa mây
bao chiều buồn vui bên nhau
chưa kịp hôn em! hôn em! lần đầu
thu nguyên hè xa chỉ vì mưa mây
nên nay đôi mình đôi nơi
ngậm ngùi mai vào...
thiên thu

Trên ngọn sầu đâu
xuân mơ đông sầu mùa ngâu
chưa kịp hôn em chỉ vì mưa mau
có còn mùa sau cho mình gặp nhau
đời mình sao hoài hư hao
người ơi! mai vào...
thiên thu *(2:01 khuya)*
Stanton California Apr. 11th, 2024

MAI VỀ

Mai về huyện lỵ
thăm lại ngày xưa
hồn xưa muôn thuở
hồn nay chần chừ
tiếng mưa thầm thì
tan vào đêm không
thời gian vô tình
buông tay nhẹ bước
lối về buồn tênh
.
Tình đầu chợt đến
như cơn mưa mây
rơi qua chợ huyện
nhóm mỗi sớm mai
người đi người về
còn không mấy ai
nhớ xưa em cười
mùi xưa con gái
hoài tìm?... trong mơ!
.
Mai về huyện lỵ
thăm lại ngày xưa
này em phố nhỏ
cười hiền như mưa
qua rồi mùa cũ
sương còn đọng giọt
xuống nụ vàng hoa
buông tay nhẹ bước
lối về nhẹ tênh *(12:18 pm)*
Stanton California May 18th, 2021

MÀU NÀO CHO THÁNG TƯ

Tháng Tư dốc sương mù
ngồi góp nhặt thời gian
quê hương bên kia bờ
biển xanh đường mây trắng
màu nào cho tháng Tư
giã từ chiến trường xưa
thành đô biền biệt xa
mối tình đầu hôm qua
một thời đã nghìn trùng
mùi con gái nguyên trinh
lúa đang thì... thơm lạ!
cổ kính xưa đập hoài
gặp em là mộng mị
tiếc hoài chút tàn y
mưa nguồn đêm bơ vơ
cuốn hồn về cố quận
tháng Tư buồn không nói
màu nào cho tháng Tư?
ngày xưa... Ừ! đã xưa
Stanton California Apr. 2022 – Mar. 28th, 2024

MẮT ĐỎ

Tình yêu mắt đỏ
Vàng phai bốn mùa
Sao trong đông lạnh
Xuân hồng rất ngoan

.

Da em tuyết trắng
Thơm nồng đêm đen
Đời ta hữu hạn
Ngỡ mình đôi mươi

.

Yêu em mười tám
Ngộ ra vô thường
Tháng năm kỷ niệm
Thời gian không màu

.

Lá vàng về cội
Mai về hư vô
Em qua phố nhỏ
Có còn dễ thương

.

Nghìn trùng xa cách
Đỏ mắt tìm em
Tiếng mưa rất nhẹ
Tiếng lòng xanh trong *(3:54 am Sunday)*
Stanton California May 7th, 2023

MẸ & EM
(*Viết trong* **mùa Phật Đản**)

Bên Mẹ hiền như Phật
hồn con mãi tuổi thơ
sao bên em mộng mị
ta khổ sở ngu ngơ
phải chăng từ tiền kiếp
nợ nhau một lời thề
.
Em hay hờn hay dỗi
ta ngu ngơ dỗ dành:
"Ừ! biết lòng em con suối
tưới đất anh khô cằn"
em lắc đầu nói nhỏ:
"Anh chỉ hoài so đo"
ta cuống cuồng chết điếng
chợt nghe tiếng Mẹ già
yên bình lời kinh đêm
ta cúi đầu: "Mô Phật!
niết bàn nào trong ta" *(1:55 pm)*
Stanton California 2019 – May 10th, 2024

MÌNH XA RỒI NHỎ ƠI!

Mai mình xa rồi Nhỏ có buồn không
mùa đang xuân chừ đang đông tê buốt
Nhỏ đi bước vắn ta ngày dài lạ
nghe sóng sánh tràn đáy lòng xót xa
.
Mai mình xa rồi Nhỏ có sầu không
chiều đang vàng chừ đang khuya cô quạnh
Nhỏ đi bước vội cho ta chới với
mặt hồ thu một chiếc lá vừa rơi
.
Mai mình xa rồi Nhỏ có vội quên
mưa bóng mây một nụ hôn chưa kịp
mùa đang ươm chừ nụ tình khô héo
ta về góp nhặt những hư hao *(5:50 am)*
Stanton California June 2016 – May 07th, 2024

MỘNG ĐÊM ĐÔNG

1.
Xin chào Ông già Noel
bao năm tiếu diện vẫn hồn nguyên xuân
trở về trong một đêm đông
chuyến xe lướt tuyết mùa hồng hoang sơ

2.
Nhớ xa lắc nhớ xa lơ
sầu đâu lã ngọn xác xơ mưa chiều
lá rơi từ độ tàn thu
em đi từ độ sa mù tuổi hoa

3.
Nhớ con suối nhỏ ngày xưa
ngó tay lạnh cóng qua mùa đông miên
tháng ngày lá rụng bên hiên
nửa khuya tỉnh thức lạc miền ngu ngơ

4.
Dư âm giấc mộng đêm qua
người về còn đó nét hoa nguyên màu
tình đầu từ độ tàn thu
người đi phố biển mây chiều đọng mưa

*5.
Tuyết vờn trên đỉnh mờ xa
30 năm chẵn nhạt nhòa cố hương
quê người chợt ngộ vô thường
tóc mây đứng giữa con đường Bolsa**

*6.
Cô đơn khởi sự cuối mùa
từng đêm đứt khúc hoàng hoa ngậm ngùi
lụng là một khúc quan hoài
từ trong tiềm thức thầm thì cồn hoa*

*7.
Từ ngày... cứ ngỡ phôi pha
có cơn gió lạ tưởng là ai kia
sao không nhận ra kiếp nầy
thôi thì xin hẹn một mai luân hồi*
Stanton, California Dec. 24th, 2023
**Phố Little Saigon trên đường Bolsa Nam California*

MỘNG LAI SINH

Trên vai ta thập tự đời trở nặng
ngỡ ngày dài chiều vàng mộng ngày xưa
sợi suy tư vướng gập ghềnh vô lối
những nửa khuya nhìn tinh thể gọi nhau
cười hắt hiu mong gì em cứu rỗi
hỡi thuyền thơ ghé bến ta quá giang
nhẹ tênh tênh gom đầy bồ thành bại
nhớ làm sao thuở xanh mướt yêu em
ngày tháng mới nhớ... ơi! ngày tháng cũ
những nõn nà bao mộng mị? – Phù Dung!
ngẩn ngơ... kìa! cô bé non như lá
ta hoang đàng... chỉ còn những chiêm bao
cổ thụ già nua qua đông trơ trụi
hồn trẻ thơ ngơ ngác xác thân gầy
mây lang thang trăm năm chừng muốn khóc
mưa... mưa... mưa... hay lệ đá tang thương
cội bên đường lá vàng vun ngõ vắng
chờ một hôm gom về cõi thiên thu
lai sinh duyên có nuối tình một thuở
Ừ! Quên đi! Ta uống cạn chén quên *(6:54)*
Stanton, California May 2017 – Sept. 24th, 2024

MỘT KHÚC TƯƠNG TƯ

Một mai chuyện mình dang dở
Ta về ôm bệnh tương tư
vòng tay thương yêu Nhỏ hứa
thôi đành mộng mị chiêm bao

.

Một mai chuyện mình dang dở
Ta về ôm bệnh tương tư
thèm ghê mắt môi thơm ngọt
tìm đâu trái cấm vàng mơ

.

Một mai chuyện mình dang dở
Ta về ôm bệnh tương tư
hương trinh lúa thì con gái
thôi đành tâm tưởng mùa sau

.

Một mai chuyện mình dang dở
Ta về ôm bệnh tương tư
nguyên thu vàng rơi xuống cội
ngậm ngùi gió cuốn qua tay

.

Một mai chuyện mình dang dở
Ta về ôm bệnh tương tư
đau thương đêm dài đày đọa,
"Nhỏ ơi! Nhỏ đang làm gì!"

.

Một mai chuyện mình dang dở
Ta về ôm bệnh tương tư
đợi ai như con chờ mẹ,
"Nhỏ ơi! Bỏ ta sao đành!" *(5:19 chiều)*
Stanton California Feb. 28th, 2023

MỘT LẦN... NGƯỜI THƯƠNG

Ví dầu hạ thoáng thu vơi
vàng rơi nguyên ngửa à ơi nghìn trùng
quay xe... thì cũng qua đường
công viên hoang phế khôn cùng trầm tư
ta về mắc áo phù du
em về giả bộ khoác màu ngu ngơ
một mai cát bụi phù hoa
thì xem chuyện ấy như là chiêm bao
trăm năm bước thấp bước cao
có khi gặp lại bên bờ tử sinh
thôi thì thăm hỏi ân cần
người ta thì cũng một lần... người thương! *(8:33PM)*
Stanton, California Aug. 9th, 2023

MỘT MAI
(Nhớ Bùi Giáng!)

Một mai
về với hư vô
bỏ mưa
bỏ nắng
bỏ vàng mơ chín hườm
.
Em về
tuổi ngọc trinh nguyên
tiếng cười đi trước
đôi mắt huyền đi sau
.
Trăm năm
em bước qua cầu
ngàn năm
hoài những mộng ban đầu
xanh sao!...
.
Một mai
về với hư vô
hồn qua phố quận
chợt mơ hồ,
"Giáng Hoa!"
.
Chút tình
sóng sánh
mù sa
còn nghe
khát vọng!
mấy độ tà huy bay *(12:58 PM)*
Stanton, California June 15th 2021

MỘT MAI NHỎ VỀ

Một mai Nhỏ về phố cũ
có còn nhớ một mùa xuân
ngọng nghịu thoáng thôi rất nhẹ
vừa nghe ta khen dễ thương
.
Một mai Nhỏ về phố cũ
có còn nhớ một mùa hè
nốt huyền dưới tầng tháp cổ
hỏi còn... vén áo cười khoe
.
Một mai Nhỏ về phố cũ
có còn nhớ một mùa thu
nguyên trinh dậy mùi con gái
suốt đời mộng mị phù du
.
Một mai Nhỏ về phố cũ
có còn nhớ một mùa đông
xinh ghê chiếc răng khểnh ấy
hít hà: "rét quá!" làm duyên
.
Một mai Nhỏ về phố cũ
có còn nhớ những bài thơ
nhỏ ngoan nói: "nhờ sư phụ,
sửa giùm đệ tử ngu ngơ"
Stanton California   Aug. 16th, 2023

MỘT NỤ HOÀNG HOA

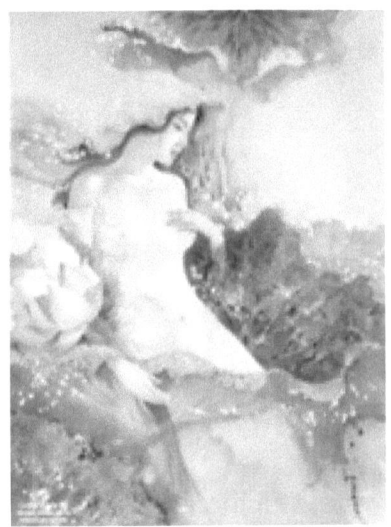

Em qua ươm nụ Hoàng Hoa
ta về yêu sắc vàng mùa tà huy
mùa xuân có gã cuồng si
xuống cồn cát ngỡ lên đồi hái mơ
em cười có kẻ làm thơ
cơn mưa đã tạnh huyền mơ muộn màng
thì thôi mộng ước phù vân
thôi thì còn đó ngó hồn xanh xao
ta về ru giấc chiêm bao
Hoàng Hoa thoảng nhẹ lại ngờ hương xưa
thu về phố quận nghìn xa
sáng nay ta nhớ một tòa thiên nhiên* *(8:11 AM)*
Stanton Apr. 2023 – Apr. 14th, 2024
*Dày dày sẵn đúc một tòa thiên nhiên (Kiều, Nguyễn Du)

MỘT NỤ HÔN CHIỀU GỬI LẠI NGƯỜI TA

Người ta có kịp về phố đang xưa
cho ta lại nghe đời vui lạ
trong ta sóng lòng cõi tương giang
mây qua ta xin chiều chút nắng
buông xuống cầu mơ bên kia sông
.
Người ta có kịp về phố đang chiều
bước vắn bước dài khoan bước vội
mùi hoa năm trước sẽ dậy hương
lòng ta quạnh hiu từ dạo ấy
sương mai vài giọt đọng tinh khôi
.
Người ta có kịp về phố đang xưa
tiếu diện giai nhân khuynh thành cũ
tiếc chi vó ngựa vụt qua nhanh
dẫu có nói gì chiều cũng xuống
một nụ hôn này bước thiên thu *(7:39 pm)*
Stanton California 2017- May 26th, 2024

MỘT THỜI MÀU HỒNG

Và người đàn ông ngồi xuống
trong tay
ly thời gian đã vơi nhiều
người đàn ông bắt đầu uống
chậm rãi
.
Người đàn ông ngắm những cô gái xinh đẹp đang
lượn lờ,
trong không gian
màu hồng của mùa xuân
màu đỏ của mùa hạ
màu vàng của mùa thu
màu xám của mùa đông
.
Và những người đàn bà đang
tự sướng*
Ôi! tội nghiệp
những tấm hình!
những tấm hình!
những mùa đông phận buồn
đâu rồi!
màu hồng
một thời con gái
nguyên trinh

.
Người đàn ông chấp nhận thực tại
người đàn ông đang nhẩn nha với ly thời gian đang cạn dần
và ngắm
Ôi!, những cô gái chân dài nõn nà
vô tư
như những người đàn bà đã từng một thời
vô tư
màu hồng đang ra đi
màu hồng không bao giờ trở lại
Stanton, California July 2020 – Nov. 2023
*tự sướng: selfie

MỘT THUỞ GIAO THỪA

Trong đêm giao thừa
tâm hồn ta đang trôi đi trên dòng sông cõi người
cơn trầm cảm quan san thế kỷ phôi phai
đang lặng lẽ rút ra khơi
cuốn theo bao lớp rong rêu vàng khô
bong ra từ trăm năm tường thành phố đã xa xưa
.
Nhấp những giọt rượu cuối cùng
nghe thành sầu rạo rực... tiếc nuối
một thời thanh xuân
hiển lộng đâu đây
.
Những câu thơ
khao khát chuyện yêu đương
như ngày nào
nơi quê nhà một thuở ngu ngơ
trong thẩn thờ cô quạnh
là bài tình ca khai bút mệt nhoài
nỗi nhớ
.
Đại dương vẫn bao la
như ngàn năm qua từ thuở hồng hoang thiên cổ
và xuân vẫn yên bình
như người con gái đẹp có bao giờ không ngoan

.
Thèm thuồng ghê những cơn mưa
những cơn mưa Xuân
những cơn mưa bóng mây
vùng địa đàng nào ẩn hiện
ngồn ngộn
   bẽn lẽn
     gọi mời yêu thương
cho hồn ta bao lần khởi sự
sa lầy
vào mê lộ nghê thường miên viễn

.
Phút chốc
biển cả xôn xao
phận người hoang phế
ta bàng hoàng
dạt năm tháng rong chơi
sững sờ
ngỡ thời khắc giao thừa nầy nơi quê người đã nên cố quận
còn xa lắc xa lơ... *(11:45 khuya)*
Stanton California 2016 - 25 Tết Giáp Thìn 2024

MÙA NGUYÊN XUÂN

Thôi thì tình đã vô thường
Trà Mi năm ngoái dặm trường mờ xa
chút duyên lỡ nhịp cầu mơ
ta về nương náu cồn hoa loáng vàng
.
Thôi thì ngó ý tơ lòng
người thương ơi bước qua đường hồn nhiên
sáng nay tuyết rụng tây hiên
nghe trong buốt lạnh hơi xuân nhiệm mầu
.
Thôi thì trời đổ mưa mau
chia tay nước chảy qua cầu chiêm bao
vô chừng bước thấp bước cao
đưa tay hứng lấy sắc màu nguyên xuân
.
Thôi thì tình đã mù sương
bài thơ nghe đã... xem chừng... buồn tênh
mùa nguyên xuân mùa nguyên xuân
xuôi xe xuống phố nghe hồn chân như *(8:13 AM)*
Stanton California Jan. 15th, 2024

(Cung Trầm Tưởng ở Paris)

MÙA THU BOLSA
(Nhớ Nhà thơ Cung Trầm Tưởng)
(1932 – 9/10/2022)

Mùa thu Bolsa*
phố lạ nên quen
tóc huyền sợi vắn
lâu rồi quên bằng xưa xa
.
Mùa thu nơi đây
nắng mỏng mơ phai
sánh vàng mấy sợi
em về bước vội chân dài
.
Mùa thu âm u
nhớ người đêm sâu
bài thơ còn đó
người đi phố nhỏ* giăng sầu

.
Mùa thu Bolsa
mưa thu đầu mùa
vai ngoan mát rượi
nhớ mùi hoa bưởi thơm khuya

.
Mùa thu yêu thương
tình yêu vô thường
sân si lận đận
yêu ai mấy bận bên đường

.
Mùa thu ngu ngơ
môi mọng ngây thơ
tóc mây có gã
trăm năm con sóng vỗ bờ

.
Mùa thu mộng thường
chiều thu vấn vương
ngày xưa... thương nhớ!
ơn em bỡ ngỡ tình trường

.
Mùa thu... người đi... *(4:33 AM)*
Stanton California. Oct. 12th, 2022
*Bolsa: tên con đường chạy ngang Little Saigon
**phố nhỏ: Little Saigon City

MÙA XUÂN EM VỀ

(họa theo đại ca Bùi Giáng)

Vị buồn nhấp mãi lì môi
Con tim đập mãi có ngày xuội lơ
Mùa xuân mát lạnh sương mờ
Em về... cố quận lơ ngơ ngẩng đầu
.
Con đường phía trước phía sau
Nguyên màu hạnh ngộ gặp nhau dại khờ
Em về tinh thể ươm mơ
Mông non chân sáo ngây thơ sinh tồn
.
Áo mù sa nhụy phong quần
Vườn ngon trái cấm mưa nguồn tràn khe* *(9:14 AM)*
Stanton, California 2018 - Dec. 21st, 2023
*Anh về tinh thể đa mang
Để dành khe chị trên tràng giang trôi, thơ Bùi Giáng (tg đã từng đọc!)

MÙI CON GÁI

Chợt nghe gọn
một tiếng thở dài
hơi đi rất... rất nhẹ... ngỡ ai đoạn trường
.
mây ngàn mây
đọng giọt tai ương
đành buông tay rụng xuống cuối đường nhân gian
.
đêm đan len
xuyên nhẹ như không
có mùi hoa lạ thơm lừng gần xa
.
nghèn nghẹn ngào
bên ngoài đổ mưa
trở mình nghe lạnh ngắt gió lùa sống lưng
.
ta đi tìm
từ nguyên đến cùng
nữa kia mộng mị nên mộng thường trầm luân
.
giật nảy mình
ngộ ra vô thường
gái qua qua để lại mùi hương lụng là *(12:21am)*
Stanton California June 19th, 2019

MƯA THÁNG BA

Mưa tháng Ba tạt rêu phong tường cũ
tiếc xuân đi nên lóng lánh tóc ngoan
và chân dài trắng muốt như ngó sen
chớ vội bước vì lòng ta chợt lạ
áo dài mỏng hồng lên màu con gái
dặn... gìn vàng giữ ngọc cõi người ta
.
Mưa tháng Ba nửa khuya lay thức giấc
tiếng mơ hồ ngỡ hư thực phân vân
nhớ mắt ai ngơ ngác như bé con
làm trăn trở giữa bốn bề tĩnh lặng
ngực trắng ngần nốt huyền thương mấy ngấn
tháp cổ tròn vội dang dở mộng hoang
.
Mưa chợt về dạt hồn ta hoang phế
đêm tàn canh ngơ ngác một phận đời
mắt em buồn ta cỏ dại tương tư
có giọt vắn giọt dài lời chưa nói
nụ hôn đầu chưa một lần hai đứa...
tháng Ba về mình lỡ cuộc trăm năm *(5:24 PM)*
Stanton California Mar., 2022 – Mar. 01st, 2024

NÍU VỚI THU ĐI

Thu... mùa hoàng hoa
đêm thì rất khuya
thơm rồi rất lạ
người ta nõn nà
.
đời không như thơ
tình yêu mù mờ
qua rồi cầu mơ
một đời ngu ngơ
.
tháng năm phù vân
ngày tháng xa gần
buông quên sầu hận
đêm về phân thân
.
đâu gió heo may
cố hương đâu ai
thương mình loay hoay
mấy mùa tỉnh say
còn gì níu với
tiếc gì... thu ơi!
nghe chiều?... đâu đây!
Stanton California Dec. 2019 –Oct. 22nd, 2024

NÔN NAO THÁNG MƯỜI

Tháng 10 rồi em mùa mưa đang về
anh thèm đan xen những ngón búp non
những ngón ngập ngừng dường như còn ngượng
siết chặt gọi mời trông ngoan... rất ngoan
.
Tháng 10 rồi em anh chừng nôn nao
nhớ mùi hoa bưởi thèm bờ vai tròn
nõn nà mát rượi đương thì con gái
đêm xuống nhanh cho chúng mình yêu nhau
.
Tháng 10 rồi em mai mốt anh về
mùa yêu về chim chóc cũng thiên di
những khuya thấm lạnh nhờ em ủ ấm
ngực em thơm cài nút ngắn nút dài
.
Hai bàn tay anh lũ ngón dài ngón ngắn
cần gì vội sao lần nào cũng nôn
tháng 10 rồi em chúng mình bên nhau
một thời để yêu một thuở ban đầu *(4:05 am)*
Stanton California Oct. 2019 - Oct 11st, 2024

NỐT HUYỀN THU XƯA

Cội nguồn nhả hột mưa thu
rơi trên cánh mỏng loang màu hồng môi
ngỡ người ta... dậy xuân thì
một dòng suối lạ mấy đồi khe mông
chiêm bao giữa khúc nghê thường
sợi tình còn vướng sợi buồn còn thương
nghe như tinh thể phân thân
con đường cố quận khói vương cõi hồn
liêu trai mấy ngấn ngực non
nốt huyền lên xuống trên vùng cồn lau
mưa về trên ngọn sầu đâu
mùa thu khởi sự nhuốm màu tàn y
dùng dằng nửa tỉnh nửa say
cuộn tình chưa kịp rút dây thề nguyền
dường như trời tạnh mưa đêm
giật mình người đã mù tăm dặm ngàn
phố khuya sợi nhỏ tóc vàng
chia tay tình cuối còn thương tóc huyền
xa người năm trước hạ sang
sáng nay chuyển lạnh thu nghiêng thành sầu *(quá nửa khuya thứ 7, 2:07 am)*
Stanton California Aug. 9th, 2024)

NỤ MÔI NON

Có một người ta không quên
gìn trong tiềm thức giữ tình khôn khuây
có một người có một người
nửa khuya tỉnh mộng mưa ngoài sông tương
.
Có một người ta không quên
trăm năm chớp bể mưa nguồn sầu vây
có một người có một người
tinh sương tỉnh giấc mưa cài tây hiên
.
Có một người ta không quên
café giọt rụng giọt còn đọng ly
có một người có một người
café thơm nhớ nụ môi non mềm
.
Có một người ta không quên
ngày lên bước xuống cồn hoang hương hoài
có một người có một người
lối về mộng mị đường đi một lần
.
Dòng thơ như dòng dung nham
khởi từ lõa thể nghê thường một đêm... *(4:15 AM)*
Stanton California Nov. 5th, 2023

NỤ QUỲNH XƯA

Em như một nụ Quỳnh
thơm hương khuya bất ngờ
len vào tận hồn anh...
xin về mùa ngu ngơ
xin chiêm bao tàn canh
giấc đứt khúc mơ hồ
nét thiên nhiên lạ lùng
ngồn ngộn non nõn nà
cong cớn gợn nghê thường
nụ cười ấy lẳng lơ
đưa chiều vào mưa ngàn
lòng tự hỏi bao giờ
(hay chẳng còn bao giờ)
gặp lại nụ ngày xưa
người con gái lạ thường *(7:52 Sunday morning)*
Stanton California May 2016 – Mar. 16th, 2025

NỤ XUÂN NON

Ta ươm chiều vàng Nhỏ nụ non
ta ươm chiều vàng Nhỏ xanh xuân
vai trinh trắng ngần dưới đông hiên
như con sáo nhỏ nói líu lo
Nhỏ cười tinh nghịch nét hồn nhiên
đêm ta buốt lạnh mộng hồng hoang
đêm qua bất tận mộng hoàng hoa
xuân về ươm mật sánh chân ngoan
Nhỏ đến bên ta nụ hoa vàng
khuôn trăng đầy đặn đẹp lạ thường
vì Nhỏ hớp hồn, ta mộng du
tiếng yêu ta ngại gì không nói?
xuân sẽ vô tình nếu vắng ai *(1:54 khuya)*
Stanton California 2023 - Jan. 9th, 2024
*Khuôn trăng đầy đặn nét ngài nở nang, Nguyễn Du

NGÀN XƯA

Cô bạn ngày xưa bạn biết không
cho tôi gặp lại chỉ một lần
sao bạn nghe rồi... rồi... làm thinh
nét xưa còn đó người xưa đó
thời gian như một cơn hồng thủy
Ngàn xưa tỉnh lỵ những ngày thơ
.
Cho tôi gặp lại người xưa ấy
kể chuyện ngày xưa trường lớp xưa
nói nhỏ bạn nghe tôi nhớ ai
tiểu diện ngoan hiền áo tiểu thơ
cho tôi gặp lại người bạn cũ
chỉ kể nàng nghe tôi đã yêu
.
Nét xưa còn đó người xưa đó
cô bạn ngày xưa của tôi đâu!
dường như có ai đó vỗ về,
"Chuyến về tuổi thơ không bán vé
Cô bạn trong... tim, tìm đâu xa!"
Stanton California July 2022

NGÀY, ĐÊM & EM

Em đi về hoàng hôn vàng bất chợt
Chiều trôi dần vào đêm tối hồng hoang
Trăng mười sáu như nét em tươi mát
Hồn trong veo giữa vũ trụ vô cùng
Lá thu tím cuối hè lay nắng ngọt
Có một người chờ khuya xuống thơm hương
Bàn tay nhão có buồn nhìn tóc bạc
Mắt vẫn tình hồn vẫn đẹp hân hoan
Ngày buồn tênh và đêm đen đến vội
Mưa chưa về lòng trống vắng rong rêu
Những cô bé bắt đầu thời con gái
Xinh như hoa gợi nhớ mộng ban đầu
Giữa ban ngày và đêm đen khuya lạnh
Duyên cuối mùa và tiền kiếp chiêm bao
Em phân thân giữa hai bờ hư thực
Ta phân vân lạc giữa cõi vô thường
Stanton California

NGÀY XƯA

Ngày xưa là một vườn thơ
ai như bông hoa nhỏ
đang hé nụ hồng
trong nắng sớm
vàng mơ
.
Ngày xưa là một vườn hoa
ta như con bướm nhỏ
ngu ngơ khua râu
nó nhút nhát
dại khờ
.
Ngày xưa là những huyền mơ
tháng ngày như sương mỏng
tan dần
tan dần
tình yêu chết
hôm qua
.
Dạo này trông nó buồn tênh
đậu im lìm một chỗ
chẳng bận khua râu
tương lai đến
trong mơ
Stanton California Sept. 2023

NGẬM NGÙI

Nhớ!
Một thời áo trắng tiểu thư
ngoan hiền làm dáng nét yêu dại khờ
em vô tâm anh ngu ngơ
vu vơ nắng hạ cầu mơ hoang hoài
.
Rồi!
Ngày phôi phai tình phôi phai
bao nhiêu năm cuộc thiên di hải hồ
đường đời tinh thể hư hao
nghìn trùng sắc tím nhớ nhau nhạt nhòa
.
Về!
Thương ngày xưa nhớ ngày xưa
người thôi đã cũ mấy mùa chiêm bao
thương chuyện xưa nhớ chuyện xưa
người thôi đã cũ mấy mùa vàng tay
.
Yêu!
Tình đầu cát bụi mù xa
chút duyên tình cuối nghe ra ngậm ngùi
ngỡ rằng giữ ngọc gìn mai
chỉ là một thoáng mưa mây đầu mùa *(6:10 chiều)*
Stanton California May 24th, 2023

NGHE ĐỜI ĐANG CHIỀU

Nắng chiều như rót mật
tóc ai vàng như hoa
theo chân dài bước nhỏ
vào chợ chiều vắng teo
ai vô tình không nói
người đi về lơ ngơ
ai mua gì nào biết
tháng ngày chùi qua tay
ta như trăm ngàn món
ngu ngơ chờ ai đây
em là loài ma quái
vô tình giăng lưới yêu
tay ta hoài chiếc vé
háo hức về ngày xưa
tìm một thời đã mất
tình cuối như tình đầu
xin thời gian dừng lại
về thôi chiều xuống dần
lời đầu chưa kịp nói
duyên kiếp chưa bắt cầu
lên xe buồn đưa tiễn
cô đơn hoài sao ta! *(4:12 mờ sáng)*
Stanton California Sept. 2021- Sept. 13th, 2024

NGHE MÙA NOEL

Đêm nay đông về
vườn sau trăng vàng
bến lòng tràng giang
buông nhẹ như không
nghe mùa Noel
nghe hồn phục sinh
nửa đêm trở mình
mùi quỳnh thoảng ngang
thơm như môi em
đêm nao nghê thường
.
Đêm nay mưa ngàn
ghé qua tây hiên
bến hoang giang đầu
trăm năm cô đơn
nghe mùa Noel
nghe hồn tái sinh
chiêm bao trở mình
cơ hồ đâu đây
buồm mi mắt huyền
người thương lõa thân
.
Đêm nay tuyết giăng
giấc ngủ nhạt nhòa
bến mơ tương giang
tình cuối mù sa
nghe mùa Noel
nghe hồn ngu ngơ
mai xuống cồn hoang
may ra cuối đường
gặp nụ vô ưu
vừa nở vô thường *(8:12 PM)*
Stanton California Dec. 9th, 2023

NGU NGƠ NGÀY NỌ

*(Ai kia áo lụa
Bước đi chần chừ. "Áo lụa", thơ Phạm Thiên Thư)*

Có sợi tóc rơi
xuống giữa đêm nay
dáng em ngày nọ
rung động ngu ngơ
.
Có sợi buồn này
rơi hoài rơi hoài
tiếng đêm lướt nhẹ
đưa hương thoảng ngoài
.
Có sợi tóc nào
chưa rơi đêm nay
nhớ em thuở ấy
tuổi xanh hao gầy
.
Có sợi buồn nào
vàng phai mấy thuở
tiếng đêm rất lạ
quen như tình xa
.
Em xưa phố cũ
chiều mưa bóng mây
hôn đầu chợt vội
đã qua một đời
.
Ai giờ hoang dại
một nụ hoàng hoa
sớm mai nắng mới
sương còn tinh khôi *(6:41 pm)*
Stanton, California Apr. 21st 2021

NGUYÊN VẸN THÁNG TƯ

Nắng tháng Tư vàng mơ màu con gái
từ sương đêm mát lạnh chợt tà huy
nắng thủy tinh nắng bình yên độ lượng
giọt café bỗng giật mình rụng xuống
em cười gì con phố nhỏ đã xưa
.
Chủ Nhật vui như xuân qua cố quận
đôi chân dài em khép chặt hồn anh
những đêm khuya cứ vơi đầy mộng mị
em phân thân giữa hai bờ hư thực
anh giang hồ phiêu dạt dặm tràng giang
.
Tiếng em cười tan hoang bờ hoang dại
không gian nầy đọng lại cõi trăm năm
em tinh cầu mướt xanh từ độ ấy
anh ga chiều nằm ngoan hiền ngờ nghệch
kể từ khi em viễn khách ghé chơi
.
Nắng tháng Tư dễ thương như con gái
em đi về thơm ngọt ngõ Hoàng Lan
nắng sóng sánh nắng có mùi nắng mới
em tình đầu anh tình sau chết lặng
em cười gì đôi mắt một dòng sông
.
Em ở lại cho tháng Tư nguyên vẹn
Anh trở về viết lại một bài thơ *(7:26 am Sunday)*
Stanton California Apr. 9th, 2023

NGƯỜI LỚN
KHÔNG CÓ QUÀ NOEL

Đêm vật vờ
đêm đứt khúc
và những giấc mơ
như những mảnh đời
từ những tiền kiếp xa xưa nào?
và những cơn trầm cảm ngắn tiếp theo
như những cơn hậu chấn sau những trận động đất
kinh hoàng

.
Đêm bình yên
đêm ngon giấc
trong mộng mị lạ thường
và thức giấc với đầy tràn những tiếc nuối ngẩn ngơ
như phút giây ngu ngơ trở về sau một chiều mưa
bóng mây ta chưa kịp trao nhau nụ hôn đầu đời ngọt lịm
ngày càng hiếm hoi những giấc mơ đẹp... rất ít!
những giấc mơ đẹp có những khuôn mặt những
người con gái
những người con gái nào đó đến rồi đi với vẫn một
nụ cười trên môi và một ánh mắt thân quen làm sao!
phải chăng em, những người thương tiền kiếp của ta?
phải chăng dường như chúng mình vừa lỡ làng rồi
một cuộc tái sinh trăm năm trên cầu mơ hò hẹn!

.
Café sáng thơm lừng
mùi café thơm phức
giọt vắn giọt dài
buông lòng rơi
trong khi mưa nhẹ bên ngoài vườn sau
và tuyết phủ trắng xóa đỉnh núi mù xa
.
Đêm Noel vẫn dài
vẫn vật vờ
đứt khúc...
em không về
trong mơ
Santa Claus bận mang quà cho bao em nhỏ
Santa Claus không mang quà cho ta
dẫu chỉ trong mơ
một người con gái!
một người thương tiền kiếp.
lại lỡ làng
cuộc tái sinh trăm năm
trên cầu mơ hò hẹn
.
Đêm Noel
chỉ có cô đơn & buốt lạnh
như Đấng Christ đã từng
cô đơn & buốt lạnh
từ 2023 năm đã trôi qua
Người lớn lỡ cô đơn không có quà Noel *(9:12 PM)*
Stanton California 2021- Dec. 19th, 2023

NGƯỜI THƯƠNG ƠI!

Em giờ mông còn cong
Đôi môi xinh còn hồng
Em giờ lưng còn eo
Đôi mắt còn hững hờ
.
Em giờ vai còn trinh
Cổ cao tóc loanh quanh
Em giờ xinh thật xinh
Đôi chân dài mông mênh
.
Em giờ hồn nhiên vui
Giữa nhân gian ngậm ngùi
Em giờ yêu ngu ngây
Một mai đời phôi phai
Chiều nào mưa bóng mây?
.
Giờ chúng mình đôi nơi
Nhớ nhau nhớ nhau hoài
Bình yên đời trôi xuôi
Người ơi! Người thương ơi!
Stanton California

NHẮN MƯA

Mưa có về tạt rêu xanh tường cổ
nhẹ hạt thôi cho lóng lánh tóc ngoan
đôi chân dài trắng muốt như ngó sen
chớ vội bước vì con đường chợt lạ
áo dài mỏng hồng lên màu con gái
anh gìn vàng giữ ngọc cõi người ta
.
Mưa có về nửa khuya lay là lụa
tí tách thôi cho mơ thực phân vân
mắt đen tròn ngơ ngác như bé con
đừng trăn trở vì bốn bề tĩnh lặng
ngực thanh tân tràng giang thơm nguyên vẹn
anh một đời dang dở tội hào hoa
.
Mưa có về dạt qua hồn bỏ ngỏ
thoáng mát thôi cho gió lướt qua tay
ngây thơ buồn như cỏ dại tương tư
rơi xuống giọt vắn dài lời chưa nói
nụ hôn đầu chưa một lần hai đứa...
em ra đi anh vào mộng đêm nay *(2:00 khuya)*
Stanton-Little Saigon March 17th, 2022

NHỎ NHƯ LÀ MƯA MÂY

Chợt nhận... nhận ra... rất lâu
ta chưa được ghét được yêu được hờn
ai từng ngọng nghịu dễ thương
đau lòng hoài niệm dậy men xuân thì
thôi Nhỏ bận lòng mà chi
cho ta nhẹ dạ thương hoài cồn hoang
sơ trinh cát trắng biển xanh
xao lòng lìa ngó còn vương tơ trời
ơi Nhỏ như thoáng mưa mây
hạ nguyên thu lạ ta hoài chiêm bao
giờ hồn nắng sớm ghềnh chiều
lên đêm ngã giấc mộng nhiều hơn xưa
xa mù một thuở ngu ngơ
ngắn lòng nấu ruột lơ thơ mẩy mầm
non má đỏ mọng môi mềm
người thương thôi đã nghìn trùng mù xa
mờ khuya lay giấc hoàng hoa
đào đôi gò đảo lụng là thiên nhiên
như từng mộng mị một lần
nào ta hồi tưởng khe nghiêng vân mồng

Stanton California Aug. 26th, 2023

NHỎ THIỆT LÀ XINH

Í chời! Nhỏ thiệt là xinh!
please! im lặng cho anh xem nào
mông cong cớn nghịch làm sao
trắng hồng da thịt ngực theo tưng bừng
Thanks! Đời dễ thương đời có em
lúa thì con gái mùi thơm trang đài
sáng nay phố nhỏ say: Hi!
chào công chúa nhỏ ngủ say bốn mùa
tháng năm mơ khuya mộng chiều
phải chăng tình cuối đau hơn tình đầu
một mai ai đó bỏ nhau*
nốt huyền chí dị, nhụy sao?... nghê thường!
thôi thì Nhỏ đừng bận lòng
cầu mơ bước hụt ngó hồn cồn lai *(9:49 am)*
Stanton, California May 2023 – Mar. 23rd, 2025
* Một mai ai chớ bỏ ai / Chỉ thêu nên gấm, sắt mài nên kim (ca dao Bình Định)

NHỎ VỀ ĂN TẾT

Hổm rày Nhỏ về ăn tết
sao chưa chạy qua nhà anh
anh cũng mới về hôm trước
ngóng hoài chưa thấy nhỏ đâu
.
Tết nay Nhỏ về ăn tết
còn nhớ nhỏ hứa gì không
hẹn anh cuối năm gặp lại
anh xin cái nụ hôn đầu
.
Hổm rày Nhỏ về ăn tết
sao chưa chạy qua nhà anh
mùa xuân ngập ngừng trước ngõ
chờ nhỏ đỏ mắt loanh quanh
.
Tết nay Nhỏ về ăn tết
còn nhớ nhỏ hứa gì không
bên mương lúa thì con gái
nhớ không một nụ hôn đầu

.
Chừng nào Nhỏ qua nhà anh
làm ơn cười thôi đừng nói
nhớ đừng giả bộ làm lơ
biết nhỏ làm tình làm tội:
"Người ta còn bận chưa qua
người gì cứ ở trong nhà
chắc đang ngóng cổ thẫn thờ
nóng ruột thèm nụ hôn đầu"
.
Ngoài sân hoa vàng đang nụ
long lanh mát rượi sương đêm
trong tim tình anh nở rộ
Nhỏ cười khởi sự nguyên xuân *(1:45 PM)*
Stanton California Dec. 2022-Jan. 8th, 2024

NHỎ XƯA ÁO MỎNG

Nhỏ!, từ bước nhỏ vào yêu
Giữa khuya nghe lạ, à!... thu giao mùa
Tiếng mưa!... nghe có tiếng mưa!...
Rơi trong tĩnh lặng cội xưa chợt buồn
Trở mình lạnh buốt sống lưng
Chắp tay gối má dễ chừng đông ngâu

Nhỏ từ áo mỏng mưa mau
Mưa mây thôi cũng quên câu hẹn hò
Nụ hôn đầu xa mơ hồ
Đêm nay phố cũ cơ hồ đổ mưa
Tiếng xưa!... Nghe có tiếng xưa!
Buông lòng còn tiếc... ai vừa vào yêu!
Stanton California Nov. 2021

NHỎ... NHƯ CÂY CÀ REM

Nhỏ... như cây cà rem
ta, tâm hồn ngu ngơ
cô đơn trăm năm liền
lang thang trên cầu mơ
giữa trưa hè sa mạc
đi tìm mua cà rem
.
Nhỏ... như cây cà rem
ta, như cậu bé ngoan
lỡ một lần mua về
để dành chưa kịp ăn
cà rem tan thành nước
cà rem ơi cà rem!
.
Nhỏ... như cây cà rem
ta, tâm hồn ngu ngây
vội ăn nên say mèm
có cơn mưa chiều nay
mưa mây nên tạnh vội
nên lại thèm cà rem
.
Nhỏ... như cây cà rem
ta, khờ khạo ngàn năm
vẫn hoài thuở xanh mơ
thuở hay bị, "nhem nhem!"
cà rem ngon như Nhỏ
bao giờ đã cơn thèm?
Stanton California Aug. 31st, 2023

NHỚ HUẾ

(Trên Quán Văn, Nguoi-Viet Daily New California)

NHỚ NHỮNG CHIỀU XƯA

Tóc em gió lộng chiều xưa
sợi dài sợi vắn... cố đùa môi non
dáng xưa ngực nhỏ vai tròn
dáng xưa bước nhẹ còn nguyên nụ cười
anh xưa như hạt sương mai
lăn tròn trên lá em hoài làm duyên
thương về một thuở để quên
bây giờ cố quận em đành mù xa
thu về lá rụng vàng hoa
hồn anh dạo ấy đang mùa xanh mơ
màu thời gian pha hững hờ
trăm năm bụi đỏ bên bờ còn lai
chiều chiều ngóng xuống mưa mây
lật trang mộng, vết đầy vơi lạ thường
thương thì tình đã sang duyên
thương người xưa, chắc chẳng còn... ngày xưa *(5:50 sáng Thứ 7)*
Stanton California Sept. 28th, 2024

NHỚ THÁNG GIÊNG

Tháng Giêng hững hờ buốt lạnh mưa
chuyện tình mất hút mùa cố quận
nửa khuya cô quạnh hoài dáng xưa
thương ai từ độ mùa Xuân trước
nửa hồn còn lại vàng cồn hoa
.
Tháng Giêng! Tháng Giêng! Nhớ Tháng Giêng!
tháng Giêng năm ngoái đào còn nụ
chiều nay trời đất thuở hồng hoang
nhớ ai một nửa thiên thần lạ!
một nửa qua cầu cho gió bay
.
Tháng Giêng hồn nhiên tháng vô tình
những cô gái nhỏ xinh như mộng
Xuân về xuống phố dáng tiểu thơ
bỏ tôi bên nầy khung cửa hẹp
nửa khuya trở mình tiếc ngu ngơ *(11:28 PM)*
Stanton California 17 Tháng Giêng Giáp Thìn 2024

NHƯ CON CHÓ GIÀ

Quá khứ
như mới hôm qua
làm sao quên
tình yêu như chiếc lá
vàng dần...
cuối cùng rơi xuống
có làm xao động mặt hồ
rồi cũng trở về bình yên
.
Hiện tại
đôi lúc thẫn thờ
soi gương
kinh hoàng thấy mặt mình
biến dạng
trên dòng thời gian...
.
Tương lai
như con chó già chỉ còn đôi mắt buồn ngây
nằm một chỗ
chờ một ngày
ra đi *(1:57 pm)*
Stanton California Sept. 2017 - May 21st, 2024

NHƯ CHUYỆN CỔ TÍCH

Biết mà em sóng lao xao
nụ hôn ngọt ngào chưa vội
mắt nai chớp nhẹ còn đâu
sợi tơ vương hồn năm cũ
đoái trông hồng bóng giai nhân

.
Biết mà em thoáng loanh quanh
tương tư nghiêng thành lối nhỏ
liếc qua liếc lại là yêu
dễ thường gặp là thương vội
nên trời chợt mưa bóng mây

.
Biết mà em phố mù sương
đèn khuya không còn hắt bóng
trăm năm một cõi người ta
hẹn hò lân la chờ đợi
thôi rồi một thuở mù xa

.
Biết mà em một chút duyên
nợ nần còn nguyên mộng mị
xin về ngày ấy tuổi thơ
sáng ra cội xưa nhú lá
tình như sương đọng long lanh

.
Biết mà em giữa tròng trành
bốn phương tình anh trôi dạt
màng đêm giam giữ con tim
may ra một hôm cổ tích
hiện ra câu chuyện ngày xưa

.
Biết mà em tháng giêng xanh
tỉnh mê tàn canh xứ lạ
cũng còn một chút hồn quê
ừ thì chờ thêm năm nữa
sang năm phố nhỏ lại xuân *(2:09 am)*
Stanton, California usa Feb. 19th, 2022

NHƯ NẮNG THÁNG TƯ

Nắng tháng Tư vàng ươm duyên con gái
từ sương đêm mát lạnh ngọc lưu ly
nắng thủy tinh nắng bình yên độ lượng
giọt café chợt giật mình rụng xuống
em nhìn gì... hồn ta dạt cồn hoang
.

Chủ Nhật vui xuân non qua phố hạ
đôi mi cong em khép chặt hồn ta
nhớ đêm qua cứ vơi đầy mộng mị
em phân thân giữa hai bờ hư thực
ta phiêu bồng qua mấy dặm tràng giang
.

Tiếng em cười tan hoang hàng thành cũ*
không gian này đọng giọt cõi trăm năm
em ngoan hiền hay gian ngoa toan tính
ta ga chiều cứ ngu ngơ ngờ nghệch
kể từ khi em viễn khách ghé chơi
.

Nắng tháng Tư dễ thương như con gái
em đi về thơm ngọt ngõ thu nguyên
nắng sóng sánh tràn qua vùng tâm thức
em tình đầu ta tình... ôi! tội nghiệp!
em cười gì đôi mắt một dòng sông
.

Em ra đi khi tháng Năm khởi sự
ta dại khờ nghe tóc rụng trắng vai *(12:35 PM)*
Stanton California Apr. 9th Sunday, 2023 – Apr. 9th, 2024
*Lòng ta là những hàng thành quách cũ
Từ ngàn năm bỗng vẳng tiếng loa xưa. (thơ Vũ Đình Liên)

NHỮNG NOTES NHẠC XUÂN

Đêm giao thừa
Đêm bình yên
Đêm thật hiền
Đêm vô tình
Đêm... một mình!
.
Giọt Xuân xưa
Giọt Xuân nay
Những cơn mưa
Mưa đầu mùa
.
Tiếng nhạc buồn
Từng note rơi
Trong đêm Xuân
Buồn ơi buồn!
.
Em ngày xưa
Xa mù xa
Em nay đây
Bước vào đời
Mưa bóng mây

.
Mắt môi xưa
Đã xa mờ
Mắt môi nay
Đẹp bất ngờ
Trong Xuân nầy
.
Đêm giao thừa
Đêm như mơ
Giọt buồn xưa
Đọng đâu đây
Đêm... một mình! *(7:48 AM)*
Stanton California 2017-Feb. 5th, 2024

NHỮNG NGÀY THÁNG BÌNH YÊN NƠI KHÔN CÙNG NỖI NHỚ

Thế là hết!
không còn nuối tiếc
dòng dung nham đã hoàn toàn tắt ngóm
cả những vết tích tro tàn trên con đường nó đã đi qua
cũng không còn tìm thấy
chỉ còn lại những hoàng hôn bình yên
những đêm không còn nghê thường
không còn đứt khúc
với những giấc mơ đứt đoạn giữa khúc liêu trai
những sáng tinh mơ không còn thẫn thờ như kẻ sang
chấn tâm lý đang trong cơn hậu chấn sau giấc mơ cuối
cùng cùng ai khi đêm vừa tàn canh
chỉ còn lại
phải!
chỉ còn lại
một khôn cùng bình yên
bình yên vui?
hay bình yên buồn?
chỉ biết rằng tà huy không còn vàng mật sóng sánh
vì không hề tồn tại bao giờ một chiếc vé trở về
một thời yêu em
Nhỏ ơi!
cả bài thơ này
chỉ là kết quả như một chứng nhân rằng mọi sự đã
chấm hết
(kể cả vết tích tàn tro!)

nơi dòng phún thạch đã từng tưởng chừng vỡ bờ những sáng sớm chiều hôm không gian chìm trong khôn cùng nỗi nhớ
nơi dòng nham thạch đã từng tràng giang ngút ngàn biết đâu là bến bờ chỉ còn là rã rời niết bàn một đời tưởng đã chìm sâu trầm tích
đâu rồi như một chùm pháo bông bất chợt xuất hiện và rực rỡ trên bầu trời sâu thẳm bao la vũ trụ khi cùng nhau mình khởi sự một đêm bên kia một sáng bên này hai nơi hai đầu bến bờ đại dương yên bình
...
Con chó già đã hờ hững bàng quan không còn thiết tha sủa rân ngõ vắng như chào hỏi những người hàng xóm thân quen vô tình đi ngang mái tây hiên mà chỉ nhìn bằng đôi mắt ngu ngơ buồn tênh trong một chiều cô quạnh sau một đời người đơn cô quán trọ *(7:26 am)*
Stanton California Aug. 2024 – Aug. 27th, 2024

PHỐ NGUYÊN SINH

(Tôi bỏ cuộc từ mưa nguồn lảo đảo
Lá hoa cồn lả tả tới ngàn thu..., Bùi Giáng)

Lâu rồi tình đã thiên di
hồn tôi băng đảo li bì ngủ trưa
ngoài kia trời chuyển sang mưa
giọt sầu tôi rụng giữa mùa đông miên
em về cười nói huyên thuyên
mong manh áo mỏng nghiêng nghiêng mưa ngàn
em quên ướt mát hai hàng
thịt da ẩn hiện qua làn xiêm y
chìm dần trong giấc mê si
tôi nằm hoang tưởng hoàng huy địa đàng
thực hư tỉnh thức phân vân
trăm năm tóc bạc bóng hồng mờ xa
rừng nguyên sinh từ phố xưa
thiên nhiên em lại một tòa lạ chưa! *(6:12 sáng)*
Stanton-Little Saigon Jan. 2021 – May 9th, 2025

PHƯỢNG VÀNG

Nhớ
nhớ xa lắc
nhớ xa lắc lơ
nhớ mùa Phượng cuối mùa tuổi thơ nhớ hoài
ai vô tình
hay ai cố tình
xa nhau từ ấy chuyện tụi mình cũng xa
.
Rồi
rồi phai phôi
rồi cũng phôi phai
sầu càng đầy lắc theo giòng đời lất lây
hè phương tây
ơi hè phương đông
con đường chợt tím ơi Phượng thời rất xa
.
Thôi
thôi nhớ xưa
thôi gợi chuyện xưa
nào ai xanh tuổi mấy mươi mùa vàng mây
mộng cũ càng
mộng từ hồng hoang
nào em mấy nụ hoa lại hoàng huy xinh

Stanton California June 9th, 2019
 *Phượng, tên một người con gái của mối tình đầu

PHƯỢNG XƯA

Mây giăng bên nầy
về mưa bên ấy
gởi hạt ân cần
thăm người năm cũ
gởi hạt mưa gầy
rơi trên má phai
hạ đỏ Phượng xưa
những chiều hai đứa
đưa nhau đi về
mưa khuya mộng lạ
người ơi sao quên!
.
Đường xưa chợ huyện
dáng người mây mưa
dặn lòng không nợ
sao hoài tơ giăng
mưa nào không buồn
tình nào không quên
tôi qua xứ người
tóc đời vài sợi
rơi ngang ngậm ngùi
tình đầu khó quên
nhớ người người ơi!

Stanton California Oct. 2017

QUA ĐÊM NOEL
NGHE TINH THỂ PHỤC SINH

Vào đông hồn còn ngu ngơ
nghìn trùng cố quận người xưa xa dần
nửa khuya buốt lạnh hồn hoang
nhớ người thương nhớ người thương lụng là
yêu thương kết nụ mù sa
Noel năm trước lá hoa cời tình
sao giờ hồn phách gập ghềnh
cuồng si mộng mị cũng đành hư hao
đêm dài đứt khúc chiêm bao
chuyến xe lướt tuyết quà trao nhiệm màu
ghé về cho gửi tình sau
ta nằm ru giấc mộng sầu Thu Nguyên
đêm Noel, ơi đêm Noel!
chút duyên đánh mất dặm ngàn buông quên
lòng buồn ươm thơ cũng buồn
cầu mơ xa lắc mưa nguồn xưa xa
hiên Tây tuyết rụng như hoa
ai đi về cõi nhạt nhòa chân như
bên kia mấy nhánh gục đầu
bốn bề tuyết phủ một màu hồng hoang
trở mình tỉnh giấc miên trường
lơ mơ đâu đó khuôn trăng thiên thần
sáng mai tinh thể phục sinh
về qua phố nhỏ Giáng Sinh giăng đèn
nhỏ chân dài dáng hồn nhiên
khù khờ ngỡ... xuống cồn vàng còn say *(8:46 pm)*
Stanton California Dec. 19th, 2023

QUA MÙA HƯ ẢO

Hồn ta, chú cá vàng tội nghiệp
em là chim bói cá vô tâm
em gặp hồn tôi mùa lá rụng
mặt hồ xao động vòng tâm loang
về nghe trong gió lời chánh niệm
lần bước đi về cõi thiên thu
về nghe tinh thể chiều vô lượng
nhớ tiếng chuông chùa cố quận xưa
một mai ai đó còn chút nghĩa
tình đã lìa cành còn vương thương
sương đọng lá xanh đêm mấy khúc
bước nhẹ ra vườn rũ bụi mê
ngỡ lạc thiên thai hồn Lưu Nguyễn
ta về quán trọ chờ lai sinh
nắng xuống chiều lên đêm tuyệt tận
cuộn mình hư ảo thực hay mơ
Trang Chu thuở ấy phân thân lạ
đêm giữa đời thường mộng cố nhân
ngày xưa tình đầu lưu luyến mãi
tình cuối sao đành vội chóng quên
lối xưa thu thảo hồn thơ dại*
nghìn trùng khơi lạnh hồn ngu ngơ.
Em gặp hồn tôi mùa lá rụng
ta về toan tính ngã vô ưu
thời gian không tím... màu xanh ngắt
chiếc lá cuối cùng rơi nhẹ tênh
giá lạnh đông ngâu mùa trở giấc
mặt hồ đời trở lại ngày xưa
cá vàng một thuở hồn phiêu dạt
chim lộng trời xanh đã sang song *(2:29 khuya lạnh)*
Stanton California Nov. 15th, 2024
*Lối xưa xe ngựa hồn thu thảo/ Nền cũ lâu đài bóng tịch dương (trong bài thơ Thăng Long hoài cổ, Bà huyện Thanh Quan)

SẮC MÀU TÌNH YÊU

Mùa đông môi mọng
mùa xuân má hồng
hạ huyền mắt nâu
thu vàng tóc bay
yêu em tình cuối
cuồng như tình đầu

.

Chiều xuống mưa mây
ướt áo mơ phai
da thơm mộng mị
nụ hôn lạ thường
lỡ mai đôi ngã
em về mù sa

.

Hái nụ tầm xuân
xanh biếc vườn hoang
nghe hồn xanh xao
trắng đêm mơ hồ
thơ ngây vẫy gọi
tháng ngày phai phôi

Stanton, California Dec. 03rd, 2017 – 2024

TA LÀ AI
(Nhớ Bùi Giáng)

Ta là ai
lạc bước vô thường
nửa đêm tỉnh thức nghe hoang hồn trùng vây
những hương hoài
giang hà phôi phai
mái buồn sợi vắn sợi dài rồi cũng xa
mơ giáng hoa
nửa giấc trăng tà
phân vân mộng ảo hay là kiếp tiền duyên
con đường trần
sau cuộc du miên
xôn xao nhân thế ngoài thương trường chia nhau
thiên thu sau
một trời đầy sao
tình anh hạnh ngộ dẫu nhạt màu nguyên sinh *(5:29pm)*
Stanton California Apr. 06th 2019

TÂM TÌNH HIẾN DÂNG

Tháng Bảy buồn tênh
hồn hoang ra vườn
thương Thu Nguyên mùa
thi thơ lệ rơi
đường đi bốn mùa...
mướt mát mịn màng
rười rượi ngón tay
giọt giọt sớm mai
long lanh vô thường
nhè nhẹ hoa lay...
như ngực thơm non
môi mắt mông tròn
nghiêng ngả hồn nhiên
cong cớn liêu trai
đêm đen cùng ai
yêu nhau thật thà
mê man gần xa
trùng trùng biển ngăn
ngày nào tình tan
nhạt nhòa phôi phai...
mơ mộng ai về
tâm tình hiến dâng
như nhiên một lần
ngày ngắn trôi mau
tình ta xa dần... *(8:11 pm)*
Stanton California June 2017 – July [8th], 2024

TẾ BÀO CUỒNG NỘ

Chiều ngoan gió lạ mây vờn
Tóc huyền lãng mạn vương hờn môi non
Nhỏ mang thân thể hoang đường
Vườn trinh trái mọng ba vòng liêu trai
Tim ta nhịp một nhịp hai
Mộng mơ phát động bước sai... đoạn trường!
Khởi từ bất chợt yêu thương
Nhỏ hay nũng nịu, ta thường chiêm bao
Cuồng lưu cuồng nộ tế bào
Dồn lòng nghe những hư hao ngọc ngàn
Còn đây là những tinh nguyên
Thì thôi! Thương tiếc ra vùng bình yên
Thu nghiêng Đông lần đơn thân
Xuân ngoan Hạ hạn thương mình tương tư *(11:27 khuya)*
Stanton California Oct. 19th, 2024

TIỀM THỨC TÌNH YÊU

Ta đã từng yêu em... một người con gái
(Phượng, tên một loài hoa học trò đã đi vào thi ca!)
tình đầu không bao giờ biến mất
những tháng năm khởi sự yêu em, người con gái mối tình đầu, dù quá
ngắn... vẫn đong đầy lãng mạn một thời để yêu
những oán hận
những tiếc nuối
theo vàng rơi pha phôi
trầm tích
nơi đáy tiềm thức hình thành nên những kỷ niệm
không còn dáng dấp nào của oán trách, có chăng một chút gì tiếc nuối đâu đó là cơn hậu chấn thẫn thờ sau giấc mơ nửa khuya
mặc nhiên ta mang theo như một phần của đời mình biết bao lần và... mãi mãi chợt,
tình cờ một giai điệu chuyên chở những lời tình tự là chất xúc tác lạ thường đưa tâm hồn ta trở về hôm qua
phút chốc bềnh bồng lặn ngụp trong dòng sông yêu đương thơ dại ngày nào xa lắc xa lơ...
dường như mà thực tại vô cùng sợi tơ lòng đã giăng giăng bền chặt trong cõi sâu thẳm tiềm thức đã bất chợt rung lên

định mệnh đã nẩy mầm vươn lên trong trăm năm một
cõi người ta
từ thuở nào xa lắc lơ...
sao như đến từ hôm qua
biết làm sao được
người con gái trong tiềm thức kỷ niệm không bao giờ
già đi theo thời gian
và ta vẫn hoài nhẹ dạ rung động tuyệt vời từ bất kỳ
người con gái trinh nguyên xinh đẹp nào tình cờ bắt
gặp đâu đó dẫu đời mình đang thiên di dần trên con
đường về thuở cuối hoàng hôn... *(7:59 pm)*
Stanton, California Apr. 9th, 2022

TIỀN KIẾP

Đêm bình yên
Đêm bình thường
Đêm màu xanh
.
Ta nằm xuống
tự ru mình
vào giấc ngủ muộn
bằng đôi tay
hình chữ vạn
ôm hai vai,
lạnh
.
Nghe tinh thể
nhẹ
như mây...
em là ai?
sao có duyên kỳ ngộ lần này?
...chỉ là một giấc chiêm bao...
một giấc chiêm bao
thức giấc rồi
tiếc nhớ mãi mắt môi!
ngỡ đêm qua là thực
thấy ngày về là ảo.

.
Vì còn đây
còn đây
đôi môi
đôi mắt
thân quen làm sao.
.
Ta hoang tưởng
hoang tưởng
chuyện ngày xưa...
có
hai người nào
thương nhau
Stanton California June 10th, 2017

TIẾNG HÓT MỘT LOÀI CHIM

Tình yêu con thuyền nhỏ
chỉ hai đứa mình thôi
bập bềnh trên sóng nước
một chiều mưa bóng mây
Nhỏ hoảng hồn cập bến
hai đứa vừa đôi nơi

.

Nửa năm rồi tình lặng
nghe trở trời... lại Thu
Nguyên một mùa vàng trước
nghe lòng dậy lao xao
nhỏ bây giờ có lẽ
thoáng nhớ chuyện hôm qua

.

Nhỏ nụ hườm sương đọng
ta ngồi đợi chiều lên
con chim nào vỗ cánh
bay vào vùng trời xanh
nhớ xưa ta từng kể
tiếng hót... bụi mận gai*

.
Hẹn hò chi không tưởng
20 năm thời gian
ta bây giờ nắng xế
nên ngày ấy còn không?
và Nhỏ qua thơ dại
chắc lòng cũng bình yên
.
Anh sẽ thèm ngã xuống
vào lòng em phiêu bồng
thương 2 bàn tay Nhỏ
đan tóc anh trắng phau
Nhỏ có nghe tiếng hót
con chim nào bay *qua* *(3:15 khuya)*
Stanton California Nov. 10th, 2023
*Tiếng chim hót trong bụi mận gai, nguyên bản: The Thorn Birds, Colleen McCullough

TIẾNG LÒNG TRẦM TÍCH

Tiếng lòng! tiếng lòng! tiếng con tim
thèm một nụ cười một vòng ôm
trăm năm thuở yêu em trầm tích
người thương đi về trong giấc mơ
.
Ta đã quen rồi ngày tháng đi
những chiều rất nhẹ lá vàng rơi
những đêm gây lạnh không gian vắng
những sáng cuối tuần mưa bụi bay
.
Tình yêu? Ừ! Chỉ là bóng mát
từ những ngôn từ trong thi ca
từ những xuân hồng vừa hé nụ
hẹn hò đầu đời ngỡ chiêm bao
.
Ta đang bước lần qua thiên môn
nghe lòng giọt đọng chợt hãi hùng
quán xiêu chỉ gặp người trong mộng
hoàng hôn xuống dần hồn cũng hoang *(10:49 khuya)*
Stanton, California feb. 2019 – Dec. 13th, 2024

TIỂU DIỆN

(tặng cô bạn học những năm Cypress College, California có tên Tiểu Diện)

Có chút gì
đang bình yên trôi
len lỏi nhẹ vào nơi đây hồn hoang
bây giờ khởi sự hoàng hôn
đây đó đôi ba cơn gió chiều mát lạnh
đây đó không gian vũ trụ bốn mùa nắng sớm mưa khuya
đây đó thời gian tiếp tục làm thinh
trong rong ruổi cuộc hành trình
trên con đường cõi người ta tràng giang trăm bề phiền muộn
.
Chợt cùng với vệt nắng cuối cùng
có tiếng hát cất lên
lúc vơi lúc đầy
tiếng rất ngoan
hiền con gái
vàng hườm
chín rục
Tiểu Diện... Tiểu Diện ơi!
khuôn mặt ai ngày nào thật xinh có bao giờ buồn
như tên em thật lạ
30 năm rồi không gặp
Cypress... Cypress**
những đêm hành lang đại học
những lớp ESL***, và lớp English 100 cuối cùng rồi tốt nghiệp ra trường chúng ta xa nhau

.
Hình như có cơn mưa đầu mùa xuống nơi nầy khô
hạn xác xơ...
rơi vô tình
vào mặt
mát lạnh
kịp nhận ra
không còn nghe âm ba ngân vang tiếng hát xa, cô
láng giềng nào
con chim sâu
không còn thấy vù vù lên xuống trên mấy nụ hồng
chờ sáng mai khoe sắc tươi màu thắm trong chiều
vàng đang chìm vào đêm
mơ hồ có gì đó
không bình thường đang lạc loài
không còn nghe tiếng hát ai
bóng tối
và nỗi cô đơn
dẫu biết người xưa vẫn còn tồn tại đâu đây mà sao
như nghìn trùng biền biệt
như tiếng hát ai bay xa theo mặt trời đỏ rực vào lòng
đại dương đen
có bao giờ mình gặp lại nhau như 30 năm trước chút
duyên hạnh ngộ hành lang đại học những đêm theo
giờ vào lớp?!

.
Sóng lòng chỉ cảm
không thấy
không ngừng xâm thực
bờ ta
trong quá khứ, hiện tại và ngày mai *(3:27 am)*
Stanton California June 30th, 2022
*Tiểu Diện: first name cô bạn học ngày xưa
**trường Community College Cypress in Stanton
***ESL: English As A Second Language

TÌM VỀ MẤY LỐI

Anh tìm về mấy lối
người thương đâu không thấy
tháng năm buồn không nói
ôi! thời gian pha phôi
.
Anh tìm về mấy lối
nhận ra con đường gầy
hai bên phố còn đây
những chiều xưa mưa bay
trên nhà anh gác hai
chờ ai chờ ai hoài
nghe hồn mình vơi đầy
mối tình đầu đâu nay?
.
Anh tìm về mấy lối
đôi mắt đen láy lay
cô láng giềng xưa... Ôi!
có lần ai qua chơi:
"nhờ bạn giải bài này
tui chuẩn bị... ngày mai"
lời yêu... Ừ! chưa vội
nao nao ai về rồi
.
Anh tìm về mấy lối,
"Cháu có biết người nầy?"
"Thưa! mấy năm chị không về,
chắc theo chồng tăm mây" *(8:16 PM)*
Stanton California Apr. 5th, 2024

TÌNH BUỒN

Một thuở ngây thơ
bước nhẹ vào đời
một thuở ngu ngơ
rung động đầu đời
một thuở tình đầu
người xưa xa mờ
một thuở vào chiều
nhỏ thương tình cờ
tình cuối đâu ngờ
ngỡ thoáng mưa mây
đâu như tình đầu
sóng đời xô mau
tình cuối đâu ngờ
va nhẹ mà đau
một mai qua đời
nhớ hoài tình sau
đường buồn một mình
vào cõi vô cùng
còn nghe tơ lòng,
"buông quên! buông quên"
bên đời còn nguyên
một giọt sương thu *(5:18 pm)*
Stanton California

TÌNH NHƯ MƯA HẠ

Mưa sa chiều hạ, mưa mây
hạt vào ướt mắt hạt rơi xuống đời
em đi, tình cuối hoang hoài
tàn đêm mấy giọt sương mai buốt hồn
trở mình thương nhớ người thương
không gian tuyệt tận mộng thường mù tăm
có khi nhớ mắt môi ngon
tà huy chếch bóng dặm trường chiêm bao
tình tan gác mái buông chèo
thả neo bến lạ bước vào hoàng hôn
lối về góp nhặt buông quên
nghe trong cõi lặng tiếng buồn vọng âm
cồn vàng ngồn ngộn giai nhân
cuốn theo chiều gió bỏ mình ngô nghê
cội ta chiếc lá rụng về
à ơi! ru giấc tỉnh mê vô cùng *(2:05 khuya)*
Stanton California May 15th, 2024

TÌNH SAU NHƯ TÌNH ĐẦU

Giao thừa nao nao
Năm dài qua mau
Vòng đời còn đâu!
Yêu em tình đầu,
Dẫu đời còn đâu?
.
Vào Xuân... mưa ngâu
Gặp nhau xa nhau
Tình nầy tình sau
Mùa xuân ngọt ngào
Trên ngọn sầu đâu
.
Giao thừa lao xao
Người xưa xa mờ
Yêu ai tình sau
Chân dài vu vơ
Bước vội qua cầu
Tình sau: Tình đầu! *(7:41 AM)*
Stanton California 2016 - Feb. 5th, 2024

TÌNH XUÂN

Em yêu!
có nghe mùa xuân về
miên mơn trên những cánh mai vàng mơ
rùng mình lay lay...
vừa nở trong đêm buốt lạnh
những giọt sương mai trên hoa
tròng trành long lanh
sáng nay
.
Em yêu!
tình yêu và mùa xuân
như nụ hoa
như giọt sương đêm
như đám mây chiều
hoa sẽ nở
sương sẽ tan
mây sẽ bay đi
và một hôm
tình yêu
như mùa xuân...
nẩy mầm

Em yêu!
ví dầu tình mỏng như sương*
xin cho hoa nở lừng hương ban đầu
mai kia theo gió về đâu
cũng còn thoảng nhẹ chút sầu quạnh hiu *(8:42 PM)*
Stanton California Mar. 2020-Mar. 13th, 2024
*4 câu lục bát tác giả có duyên đọc từ một tạp chí hơn 40 năm trước... không còn nhớ tên tác giả!)

TÌNH XUÂN HIẾN DÂNG
(nhớ có một đêm... giữa hai đầu bờ biển lặng)

Mùa Xuân Mùa Xuân
Cơ hồ hương hoài...
Mơ hồ gọi mời
Mông ngực vai ngần
Người thương khỏa thân
Nghê thường liêu trai
Như sương sớm mai
Mông mọng vai tròn
Yêu thương vô thường
Bên đời ai qua
Yêu ai thật thà
Nào ai một mai
Nhạt nhòa phôi phai
Đêm nào một lần
Tình yêu hiến dâng
Như mơ tàn canh
Như mộng tan tành
Tình cuối tình đầu
Mưa mây!... Mây mưa!
Mùa Xuân Mùa Xuân
Người ơi xa rồi!
Tình mình mưa mây *(11:15 khuya)*
Stanton California Jun. 2017 – Jan. 21st, 2025

TÌNH XƯA ĐÃ MẤT

Em có bao giờ buồn không em
có nghe mằn mặn buồn môi mềm
có nghe tiếng thở dài độc thoại
lặng người nhịp một tiếng con tim
.
Em có bao giờ buồn không em
có lê đôi chần chồn lối mưa
có quơ hai nhánh tay mỏi mỏi
ước lúc buông mình xuống cội hoa
.
Em có bao giờ buồn không em
mùa nguyên xuân đẹp chuyện hoang đường
mùa đông miên ấm nồng huyền thoại
ngắt cánh lụng là, "không... có... không..."
.
Em có bao giờ buồn không em
ta đi qua những tháng năm dài
nhớ những cuộc tình xưa đã mất
nên lời thơ có bao giờ vui
.
Đời ta ngu ngơ thuở yêu ai
bây giờ là những chiều và khuya
vừa xếp vần thơ vừa muốn khóc
nhìn quanh nhìn quẩn chỉ có ta
.
Đời ta là những bước mộng du
cả một đại dương mặt sóng duềnh
trầm tích đáy sâu thành đại lục
ngàn năm đại thụ rễ quấn quanh

Stanton California June 2019

TÌNH YÊU

Làm gì có tình yêu
khung cửa đời hé mở
lối đi... về thiên thu
.
Đêm nay em không về
tháng năm hoa phượng nở
tím lại con đường xưa
còn chút tình trong mộng
sao nghe chừng hiếm hoi
để nghe hồn mộng mị
rung động cả trăm năm
.
Em không về đêm nay
để nghe chừng tiếc nuối
em luôn vội bước chân
ta ôm ta hai vai
ngỡ em cười trong tay
.
Làm gì có tình yêu
may ra bên kia đời
có em là cội hoa
cho ta về yên giấc
bên cuộc tình hư vô
Stanton California May 4th, 2018

TÔI, THẰNG CON TRAI

Tôi, thằng con trai
chiều vàng hiên tây
còn chút ngu ngây
buồn vui tháng ngày
.

Tôi, thằng con trai
đường trần rong chơi
chiêm bao ngoảnh lại
ôi! mùa yêu ơi!
.

Tôi, thằng con trai
dòng đời nước trôi
tình đầu tình cuối
nhớ ai suốt đời
.

Tôi, thằng con trai
tình cuối tình đầu
yêu ai yêu hoài
khôn cùng phôi phai
.

Tôi, thằng con trai
trăm năm tăm mây
một mai ra đi
mùa vui vơi đầy *(3:19 pm)*
Stanton California Sept. 2016 - Apr. 20th, 2025
(P/s, họa theo bài thơ "Bài Nhã Ca thứ nhất", Thơ Nhã Ca, Thương Yêu, xb Saigon 1972)

TỪ ĐÔI MẮT

(Chuyển thơ từ một tản văn trên fb Quyên Di của Nhà văn Quyên Di)

Đôi mắt
Tổ Bồ Đề Đạt Ma
Đôi mắt mở tròn và to trợn trừng trợn ngược lồi ra
Đôi mắt đi qua không gian
như chưa từng có
Đôi mắt đi qua thời gian
như chưa từng không
Đôi mắt đi qua lòng người
như có như không

.
Tùy theo lòng người xao xuyến hay an nhiên
Đôi mắt nhắm hiền từ như Đức Phật Như Lai
Phải chăng Ngài đang diện bích để tham thiền
Để không nhìn cái hiện hữu bên ngoài
một cõi hồng trần
Để nhìn vào cái vô cùng bên trong
sâu thẳm tâm linh
Như tình yêu vô thường hay tình yêu vô cùng
Cần gì một lời tỏ tình
em cũng biết tôi yêu em
Cần gì trả lời
tôi cũng biết em yêu tôi
Lời chân tình biết đâu mặt kia gian dối
.
Nhưng chỉ cần một ánh mắt nhìn
em sẽ nhận ra
từ tôi
tôi sẽ nhận ra
từ em
hiển hiện rõ ràng
một tình yêu
qua
Đôi mắt
Như đôi mắtTổ Bồ Đề Đạt Ma
Tổ Bồ Đề Đạt Ma *(3:04pm)*
Stanton California Oct. 12th, 2019

TỪ GIÃ THÁNG GIÊNG

Một đêm mấy giấc chiêm bao
trong mơ thì nhớ bây giờ thì quên
riêng từ hiển hiện một lần
bốn mùa chờ đợi ai buồn hơn ai
.
Nhớ nét hoa nhớ nụ cười
ai từ tiền kiếp đây người tây phương
chắp tay từ giã tháng giêng
tháng hai ở lại muộn phiền lai rai
.
Rồi ra tháng rộng ngày dài
bóng đời cùng hướng bóng mây song hành
nhớ bóng hình nhớ bóng hình
tháng giêng đi mất còn mình mình ên* *(6:24 AM)*
Stanton-Little Saigon
mình ên*: phương ngữ Nam bộ, gốc Khmer
Stanton California 30 Tháng Giêng Kỷ Hợi 2019

THÁNG BA GIÃ TỪ
(Kỷ niệm 30 năm xa quê nhà, 3/1992 – 3/2022)

Tháng Ba giũ mù sa
trái đang mùa con gái
thơm mát mùi táo xanh
xứ người nên cố quận
giữa nghìn trùng xa cách
về yêu em mắt huyền
.
Tháng Ba khép phong nhụy
cài buồn tênh vắn dài
đêm thoảng mùi hoa lạ
sớm ra lạnh ngắt ngơ
em nhớ không khoác nhẹ
thêm áo tà huy bay
.
Tháng Ba nhớ tháng Ba
ba mươi năm tình tự
xa... một thời rất xa
chiến tranh và hòa bình
tình yêu và tiếc nuối
về yêu em tháng Ba
dáng em hay quê nhà *(8:58 PM)*
Stanton California Mar. 24th, 2022

THÁNG BẢY
CHÍN ĐỎ ỬNG MÁ AI

Tháng Bảy chín đỏ ửng má ai
tóc huyền sợi nhỏ ướt cổ dài
em đùa chả chớt ta ngúc ngắc
con tim biết điều rơi đâu đây
.
tháng Bảy đêm nằm nhớ tiếng mưa
năm tháng vừa đi nửa chặng đầu
thời gian rủ rê tình đến muộn
biết đến bao giờ mình gặp nhau
.
tháng Bảy đưa xe qua đường ngang
xác phượng không còn trên lối quen
màu xanh của lá thay sắc tím
giật mình... chưa kịp tặng người dưng
.
tháng Bảy đi làm về khuya lơ
freeway ở lại như thở dài
lời thơ chờ mãi buồn muốn ngủ
đêm ngắn ngày dài... thôi sáng mai
.
tháng Bảy không buồn cũng chẳng vui
thời gian bất động như ngừng trôi
quen nhau gặp nhau qua hư ảo
buồn ơi! tụi mình rồi cố nhân *(8:16 pm)*
Stanton California Summer 2017-July 8th, 2024

THÁNG BẢY HẠ XANH

Tháng Bảy hạ xanh
trùng dương mây trắng
nghe tiếng em cười
chiều đi chợt vàng
.
Tháng Bảy hạ xanh
những cơn mưa cũ
trên đường thiên di
đêm về mắt nâu
.
Tháng Bảy hạ xanh
Quỳnh hương nở muộn
trăng loang tóc huyền
thương hoài dáng ngoan
.
Tháng Bảy hạ xanh
tình yêu cuồng nộ
mùi thơm con gái
một đời hư hao
.
Tháng Bảy hạ xanh
em non nõn nà
tôi cười một mình
dòng đời phôi pha
.
Phượng tím phượng hồng
hoàng hoa cánh mỏng
khơi nguồn cô đơn
hồn hoang mắt buồn *(7:28 am)*
Stanton California July 23rd, 2018

THÁNG BẢY
MÙA HOANG TƯỞNG

Tháng Bảy mùa hoang tưởng
ngồi góp nhặt thời gian
32 năm xứ người
đầy một bồ mộng mị
tình yêu như cát biển
chùi qua tay ngậm ngùi

.
Giận hờn rồi phôi phai
sao Nhỏ vội block ta
những tấm hình người thương
vẫn còn trong picture files
dễ gì chịu trầm tích
xuống đáy hồ Nguyên Thu

.
Sáng nay vào click nhầm
ai ngồi chống cằm giận
ta làm gì nhỏ hờn
tấm hình ta yêu lạ
như bao lần đối mặt
dối gian gì người ta!

.
Những ngày lỡ ngu ngơ
thương cô gái Saigon
dẫu tình mình ngó ý
chút tơ lòng còn vương
Nhỏ ơi! ngày tháng mới
có còn nhớ hay quên...
.
Tháng Bảy mùa hoang tưởng
chuyện tình mưa bóng mây
rêu xanh tường phố cũ
qua rồi mùa yêu thương
cơn mưa chiều vừa tạnh
hoài niệm mềm cô đơn *(4:12 pm)*
Stanton California July 2023 – July 5th, 2024

THÁNG BẢY TỈNH THỨC

Tháng Bảy rồi... tỉnh thức
giấc ngủ dài đứt ngang
giữa hai bờ hư thực
ai phân thân lạ lùng
vô thường về thành cũ*
vô ưu vàng cồn hoa
.
Hè sang chạnh nhớ Phượng
phố huyện nghìn trùng xa
chuyện ngày xưa dang dở
mối tình đầu sao quên!
xứ người nên cố quận
nhớ hoài nên chiêm bao!
.
40 năm phiêu dạt
những cát bụi tình đời
cuốn theo chiều gió lộng
vướng lại sợi tơ lòng
người về đêm nguyên vẹn
nguyên sơ một nụ cười
.
Tháng Bảy rồi... tỉnh thức
giấc ngủ dài tàn canh
giữa hai bờ sinh tử
người trở về nguyên xuân
trăm năm đường hai lối
thuở vào yêu mơ huyền *(2:17 pm)*
July 2022 – July 25th, 2024
*Tous les chemins mènent à Rome**

THÁNG BẢY
VÂN HẠ THU NGUYÊN

Tháng Bảy nắng vàng trùng dương mây trắng
áo lụa tiểu thư bước nhỏ ngập ngừng
hình như có một chút gì xao động
hồn tương tư nguyên ngát mặt hồ thu
em có ghé qua bờ hoang cồn cũ
những chiều xưa hay bất chợt mưa mây
rơi nhẹ xuống tóc mai dài mấy sợi
tháp cổ tròn mấy ngấn dậy hương trinh
ngực trắng ngần nốt huyền trôi hoan lạc
mông cong tròn môi mọng gợi cuồng cơn
mùa con gái lúa dậy thì thơm lạ
có gì hơn khởi sự chuyện mây mưa
em không nói ta nghìn năm không nói
mắt nai vàng ngơ ngác chuyện pha phôi
thu sắp về mùa vân hạ mù xa
buổi hạnh ngộ chưa đong đầy năm tháng
nguyên một năm hồn thu dạt bốn mùa
mình không gặp ngỡ như trăm năm trọn
tháng Bảy đêm đen mắt nâu xanh mộng
nhớ hay quên ta gửi chút ân cần
màn hình nhỏ mười ngón tay tội nghiệp
nhớ Người ta ngồn ngộn nối hai nguồn *(2:14 khuya)*
Stanton, California July 28th, 2024

THÁNG CHẠP
THƠM MÔI NON

Tháng chạp thơm môi non
chiều nay mưa dầm dề
ngập ngừng mái hiên Tây
Tết như về đâu đây
những nụ hôn còn đó
em giờ nghìn trùng xa
.

Tháng chạp thơm môi non
tình mình mưa bóng mây
giá xưa như chiều nay
mưa dài bến Tương giang
vòng tay anh cũng vội
níu chân em phiêu bồng
.

Tháng chạp thơm môi non
thân thể em nguyên trinh
dòng dung nham cuống cuồng
khe nhỏ tràng giang trôi
xin một lần hoan lạc
biết đâu rồi chiêm bao*
.

Tháng chạp thơm môi non
Xuân về hồn cố quận
em khỏa thân nghê thường
rướn ghì lên khôn cùng
đưa nhau vào tuyệt tận
nụ hôn mùa thiên thai *(11:07 PM)*
Stanton California Jan. 3rd, 2024
*Bây giờ rõ mặt đôi ta
Biết đâu rồi nữa chẳng là chiêm bao? (Kiều, Nguyễn)

THÁNG CHÍN & NỖI NHỚ

Tháng 9 mưa đang về
giọt buồn rơi chậm rơi
người ngày xưa còn nhớ
nay phố chiều vàng phai
.
Tháng 9 có gì vui
nhạt nhòa thuở ban sơ
lòng lắng đầy trầm tích
những rong rêu dại khờ
.
Tháng 9 và nỗi nhớ
tựa đầu vào chiêm bao
ai đôi mươi mộng mị
ta ngu ngơ bạc đầu
Stanton California August 2018

THÁNG GIÊNG ÁO MƠ PHAI
(Tháng giêng ngon như một cặp môi gần, thơ Xuân Diệu)

Tháng giêng áo mơ phai*
tiếng yêu xanh xao buồn
xứ người hồn cố quận
mùa tiểu thư xa dần
.
Tháng giêng ghé môi non
vờn xe xuôi phố nhỏ
Bolsa** chiều cô quạnh
xếp áo dài sang xuân
.
Tháng giêng ngon môi gần
xa như mùa cổ tích
đi vào giấc mơ ngoan
nghe ngày xưa trở mình
.
Tháng giêng còn gây lạnh
nhớ quàng khăn mấy ngấn
xin về yêu thơ dại
hẹn sang năm xuân về *(6:48 PM)*
Stanton California Feb. 16th, 2022
*Áo Mơ Phai, truyện dài Nguyễn Đình Toàn
**Phố Bolsa cộng đồng Việt ở California

THÁNG GIÊNG MÙ SA

Tháng Giêng dậy sóng lao xao
nụ hôn ngọt ngào dang dở
mắt nai chớp nhẹ còn đâu
sợi tơ vương hồn năm cũ
nhớ thương mộng mị giai nhân
.
Tháng Giêng buốt lạnh mưa ngâu
tương tư tháng này năm trước
cầu mơ không hẹn gặp nhau
tình yêu làm sao tránh được
phải đâu trời mưa bóng mây!
.
Tháng Giêng xuôi phố chiều mưa
đèn khuya không còn hắt bóng
trăm năm trong cõi người ta*
hẹn hò thì thôi đã lỡ
thôi thì duyên nợ mù sa

.
Tháng Giêng ta một mái trời
em đi còn nguyên thu dại
xin về một thuở ngất ngây
sáng nay hoàng hoa mấy cội
tròng trành sương đọng long lanh

.
Tháng Giêng hồn hoài ngu ngơ
hoàng hôn mây quanh thành quách
đêm đen cô quạnh bốn mùa
may ra một hôm cổ tích
hiện ra câu chuyện ngày xưa

.
Tháng Giêng mình ên tội tình
tình mê tàn canh xứ lạ
may còn một chút hồn quê
ừ thì chờ thêm năm nữa
may ra phố nhỏ lại Xuân *(10:56 PM)*
Stanton, California 2022 - 13 Tháng Giêng Giáp Thìn 2024
* Trăm năm trong cõi người ta (Kiều, Nguyễn Du)

THÁNG GIÊNG MÙA ĐẠI DỊCH

Tháng giêng, mùa đại dịch
như chớp nguồn... rất xa
đêm qua mưa rất hiền
nơi đất lành chim đậu
có chút hoài cố hương
.
Sáng nay nắng vàng trong
xuân hồng chạy quanh co
chia tay cơn sốt dài
thả xe về phố nhỏ
nhớ chợ hoa bên đường
.
Nhận ra qua đôi mắt
giữa đám đông người đi
đen láy màu thân quen
và sau khẩu trang trắng
là nụ cười em xinh
.
Tháng giêng mùa đại dịch
chưa có gì biến động
xứ người vẫn bình yên
có em... quên cố quận
nên tình đầu khói sương

Stanton California

THÁNG GIÊNG VÀNG

Tháng Giêng vàng như hoa
Cô đơn buồn muốn khóc
Đêm nay trời trăng rằm
Xứ xa mưa và lạnh
Tết qua rồi rất xa
Tiếng lòng chùng xuống nặng
Sao càng lắc càng đầy
Trăm năm chừng hữu hạn
Tình yêu sao vô thường
.
Tháng Giêng mùa con gái
Tháng Giêng đến rồi đi
Em hay cười không nói
Bao giờ mình chia tay
Cô đơn buồn muốn khóc
Con đường ngắn hay dài
Áo em vàng hoa cúc
Hoàng hôn về thiên thu
Tháng Giêng vàng như hoa *(2:52 AM)*
Stanton California 16 Tháng Giêng Mậu Tuất 2018

THÁNG HAI BUỒN

Mùa Giêng
đã bỏ đi từ lâu
sợi buồn quấn quanh hồn
bơ vơ khôn cùng
Nhỏ bỏ ta thật rồi
nên chiều nay mưa tầm tả
ngồi một mình mình ên
nhận ra tháng hai...
chẳng có gì vui
.
Chiều vừa xế sao chẳng còn sóng sánh nắng vàng mật ngọt
chỉ có giọt giọt mưa buồn thiu... rụng xuống từ bầu trời vần vũ mây mù như từ thuở nao hồng hoang tiền sử
.
Chiều không em
chiều chẳng còn vui
điệu Bolero nào không buồn
ta tình cuối đường có gì làm quà vui cho ai
ngoài những tháng năm buồn tênh
nặng vai phận đời

.
Mai ta trở lại cố hương
đường cát bụi
mịt mù chân cô quạnh
ngỡ đâu đó
Nhỏ đang chờ
Ta... vòng ôm mộng mị
và mùi thơm lúa thì con gái người thương chưa một lần gặp gỡ
lặng người
nghe
một mình
và dòng chảy
tháng Hai *(4:28 chiều)*
Stanton, California Mar. 10th, 2023

THÁNG HAI
XUÔI XE VỀ QUA PHỐ NHỎ*
(Nhớ Phạm văn Bình với bài thơ Mười hai tháng anh đi)

Tháng Hai xuôi xe về qua Phố Nhỏ
con đường Bolsa** buổi sáng buổi trưa
nhớ Nhỏ bên ấy đêm về còn nhớ?
nghe tin cồn xưa đã có người qua!
.
Tháng Hai về trời còn buốt lạ
cúc vàng đại đóa vẫn nở nguyên năm
cho xe vào ra parking mấy chợ
hồn ta buông ngã cớ vẫn say mèm
.
Dạo quẩn dạo quanh ta đi tìm ai
nhớ nhà miền trung biển xanh đèo đá
quê lạ phố quen đâu ai mộng mị
thương mình ngu ngơ tình cuối mù sa
.
Tháng Hai tâm an có gì mong đợi
tháng hai không vui tháng hai không buồn
lên xe trở về vai không hờn tội
chắp tay vùi quên khuôn mặt người thương
.
Một đời trắc trở một đời buồn tênh
yêu người lọc lừa giả đò thánh thiện
biết như không biết hồn lỡ sa chân
ôi! hồn ta lạ thật nhẹ bước hoàng hôn

.
Tháng Hai Nhỏ ơi! xin chào kỷ niệm
nhìn lại đời mình hạnh phúc mấy lần
ngỡ ngàng tàn canh qua cơn trầm cảm
ơn Nhỏ một lần có còn hơn không**

.
Còn đâu Nhỏ ơi hai bên nghìn dặm
ai ngờ tình cuối đau hơn tình đầu
bờ vắng thuyền về nằm mơ cố quận
cầu mơ lỗi nhịp hồn nằm hư hao

.
Tháng Hai ngược xe trở về lối cũ
nhập vào freeway xa dần Phố nhỏ
người thương... người thương... người thương... xa dần
Nhỏ ơi! có còn gặp lại? tình cuối ngu ngơ *(3:24 chiều)*
Stanton California Feb. – Mar. 10th, 2025
*Phố nhỏ: Phố Little Saigon trong cộng đồng Việt in South California
**có còn hơn không (trong bài thơ Khúc tình buồn, Nguyễn Tất Nhiên)

THÁNG MƯỜI MỘT
& NGƯỜI THƯƠNG

Tháng Mười Một mùa hườm hương
mùa táo xanh mướt mưa nguồn sang đông
em thì con gái lúa non
ta chiêm bao mộng nghê thường cồn hoang
.
Tháng Mười Một bước xuống giường
dường như mùa lạnh ghé miền Tây hiên
nhớ người xưa, thương người thương
café sương đọng miên trường tàn canh
.
Tháng Mười Một sớm mù sương
freeway mờ mịt trùng trùng mây quanh
cái gạt nước xe ngập ngừng
hơi lên mù mịt hướng nhìn tồn sinh
.
Tháng Mười Một xế mưa nhanh
mưa bóng mây bước đoạn trường Thu Nguyên
thôi thì thôi cuộc tình buồn
dẫu lìa ngó ý còn thương một người *(2:50 xế chiều)*
Stanton California, Nov. 01st, 2023

THÁNG MƯỜI MỘT
ÁO MƠ PHAI*

(Kính tiễn nhà văn, nhạc sĩ Nguyễn Đình Toàn)
(6/9/1936 – 28/11/2023)

Tháng Mười Một Áo Mơ Phai
người đi không trở lại
tháng Mười Một càng thêm buồn
lời nhạc xin gửi lại
em còn đến thăm anh?
người đã vào miên viễn
đêm 30 sẽ buồn
.
Tháng Mười Một Áo Mơ Phai
bên kia dốc sương mù
anh có ghé Hà Nội
anh có ghé bến Saigon
trước khi về cát bụi
buồn ơi! xin chào nhau

.
Tháng Mười Một Áo Mơ Phai
bên nầy trời vào đông
cơn mưa chiều ngập ngừng
chưa về qua phố nhỏ*
sợ người đi không đành
tiễn anh trời không mưa
sao nghe sóng ngập hồn*
Stanton California Nov. 29th – Dec. 4th, 2023
*Áo Mơ Phai, Truyện dài Nguyễn Đình Toàn, 1972
*Phố Nhỏ: Little Saigon City
*Đưa người ta không đưa qua song
Sao có tiếng sóng ở trong lòng (Tống Biệt Hành, thơ Thâm Tâm)

THÁNG MƯỜI MỘT CHÍN HƯỜM

Tháng Mười Một tuyệt mù
xa mờ trong nỗi nhớ
em ngây thơ ngoan hiền
bây giờ bên cố quận
người còn đó như không
một tòa thơm hương ngực
mùa con gái lúa non
ngọt như mùi con nít
dáng non nằm hồn nhiên
tế bào dòng rung động
kìm tràn lộng dung nham

.
Tháng Mười Một chín hườm
thời gian màu vàng mật
chảy qua môi ngọt lừ
qua hai hàm răng ngọc
người đẹp thường làm thinh
có tiếng cười con gái
nõn nà vai trắng ngần
trườn theo tầng tháp cổ
nốt huyền duyên ngực trinh
từ chùm neuron não
nghe bùng nổ tinh nguyên

.
Tháng Mười Một mơ huyền
mi ngoan cánh buồm nhỏ
trên mắt ai dòng sông
hồ như anh từ độ
khởi sự mùa yêu ai
là chìm vào mộng mị
trăm năm hồn ngu ngơ
ai có về lối cũ
lỡ quên tính lọc lừa
nhớ soi nhìn đáy nước
có anh hồn bơ vơ *(10:28 AM)*
Stanton, California Nov. 10th, 2023

THÁNG MƯỜI MỘT
ĐI TÌM NGƯỜI THƯƠNG

Tháng Mười Một về rồi em
sáng nay thị trấn khởi mầm đông miên
mưa Stanton! nắng Stanton!
café từng giọt ru hồn buồn tênh
.
Tháng Mười Một về rồi em
đưa xe xuống phố đi tìm ngày xưa
mùa hoàng hoa! mùa hoàng hoa!
đưa tay níu với mù sa hoang trầm
.
Tháng Mười Một về rồi em
tàn đêm cố quận rượu mềm môi trinh
đường khuya chớp bể mưa ngàn
bước cao bước thấp em buồn hay vui
.
Tháng Mười Một về rồi em
nghìn trùng xa cách người thương vô thường
nắng Sài Gòn! mưa Sài Gòn!
nửa hồn anh gửi em còn nhớ hay quên *(3:25 khuya)*
Stanton California Nov. 8th, 2023

THÁNG MƯỜI MỘT
THÁNG TƯƠNG TƯ

Tháng Mười Một tháng đợi chờ
Ồ không! ta đợi những cơn mưa
người thương ra đi không trở lại
ta không đưa người sang sông lạnh*
sao nghe trong lòng sóng tương tư
.
Tháng Mười Một tháng đọng buồn
qua hết tháng nầy vào hội vui
một năm đi qua 12 tháng
tháng chạp phố nhỏ tưng bừng tết
người thương có về? ơi! người thương?
.
Tháng Mười Một tháng đợi chờ
Ừ thì!... ta đợi những cơn mưa
năm ngoái tháng nầy hoa hé nụ
nhớ thuở ban đầu lưu luyến ấy**
người đã sang sông sóng bạc đầu *(6:35PM)*
Stanton California Nov. 12th, 2023
*Đưa người, ta không đưa qua sông,
Sao có tiếng sóng ở trong lòng? (Tống Biệt Hành, thơ Thâm Tâm)
**Cái thuở ban đầu lưu luyến ấy
Ngàn năm chưa dễ đã ai quên (thơ Thế Lữ)

THÁNG MƯỜI
NGANG NHÀ EM

Nhà em xanh quá hoa như lá
tiếng yêu chưa nói đã vàng sân
bởi vì mưa mây nên tạnh vội
huống hồ đời vừa đổ hoàng hôn
những ngỡ giã từ mùa ân ái
tháng Mười sao đã vội hết năm
.
Nhà em lạ quá mùi con gái
chưa bước vô nhà đã say hương
ừ! thì dừng chân bên hiên vậy
không mộng nghê thường cũng dễ thương
may còn có em nên phố hội
tháng Mười náo nức lại thuở xưa
.
Nhà em sương khói chừng hư ảo
lạc lối Tương giang nghe ghập ghềnh
chắc về lỡ dại yêu hoa cúc
đêm dài đứt khúc giấc liêu trai
tàn canh lại sáng bên hiên vắng
tháng Mười mơ mộng mình lại xuân
.
Thôi thì đời đã sang trang mới
lỗi nhịp cầu mơ đành cúi đầu
nhận ra gian dối buông sầu hận
nhớ thuở xa xưa thương dại khờ
người xưa giờ đã già... tóc bạc
tháng Mười mà ngỡ mình đang xuân *(12:39 khuya)*
Stanton California Oct. 7th, 2024

THÁNG NĂM MẮT HUYỀN

Tháng Năm phượng tím nắng vàng
mắt huyền ngàn dặm vô thường xanh rêu
bốn mùa thay áo nhiệm mầu
nụ đào năm ngoái nụ sầu năm nay
mộng tan tàn cuộc pha phôi
vì lìa ngó ý bước đi gập ghềnh
ta về phố nhỏ tây hiên
để dành ngày tháng xuống miền thơ ngây
thôi em tình đã mù khơi
thì xin giữ một chút gì là duyên
từ em tiếu diện giai nhân
từ ta gác trọ cuối đường thiên thu
vòng đời ngoảnh lại... phù du
ừ! đành giũ áo sa mù hoàng hôn
.
Tháng Năm phượng tím nắng vàng
nhớ người cố quận phượng hồng dáng ngoan
nửa khuya gió lộng mưa nguồn
giật mình vỡ giấc nghê thường... tàn canh!
Stanton, California May 13th, 202...

THÁNG NĂM RỒI ĐÓ EM

Ở đây, bên mái Tây hiên tháng Tư vừa trôi qua
cây kim giây vừa nhích khỏi số 12
vậy là tháng Năm rồi đó em
vậy là mình lại yêu nhau
nhiều hơn
thường xuyên hơn
trên những bài thơ tình
những bài thơ tình tinh khôi
những bài thơ tình ngây ngô
những bài thơ tình... lãng mạn
kiểu như
"Em cứ hẹn nhưng em đừng đến nhé!..."*
hay
"Nắng Sài gòn anh đi mà chợt mát..."**
hay
"Làm sao cắt nghĩa được tình yêu!..."***
hay...
v.v. và v.v...
vì tâm hồn anh
quá nhạy cảm
và dễ dàng rung động
hay quá chừng yếu đuối
từ em
thiên thần bé nhỏ của anh!

.
Vậy là tháng Năm rồi đó em
cây kim phút vừa nhích khỏi số 12
và anh có thể tiếp tục làm những bài thơ tình
vì anh không nỡ lòng nào làm những bài thơ tình
trong tháng Tư ở đây, bên mái Tây hiên
nơi đồng bào mình đặt tên tháng Tư là tháng Tư đen
ở đây tháng Tư bao giờ cũng nặng nề
những ký ức buồn
từ khởi điểm một thời kỳ hòa bình đói khổ
sau tiền kiếp hai mươi năm chiến tranh
điêu linh
và chia lìa
đó em!... *(12:45 khuya)*
Stanton California May 2019 – May 1st, 2025
  *Em cứ hẹn nhưng em đừng đến nhé!/Để lòng buồn tôi dạo khắp trong sân/Ngó trên tay, thuốc lá cháy lụi dần.../Tôi nói khẽ: Gớm, làm sao nhớ thế? (Ngập Ngừng, Hồ Dzếnh)
** Nắng Sài Gòn anh đi mà chợt mát/Bởi vì em mặc áo lụa Hà Đông (Áo lụa Hà Đông, Nguyên Sa)
*** Làm sao cắt nghĩa được tình yêu!/Có nghĩa gì đâu, một buổi chiều/Nó chiếm hồn ta bằng nắng nhạt,/Bằng mây nhè nhẹ, gió hiu hiu... (VÌ SAO, Xuân Diệu)

THÁNG SÁU NẮNG
HƯỜM NHƯ NGƯỜI TA

Tháng Sáu xứ xa mơ cố quận
ngày trôi trên những ngó tay mềm
ký ức dạt về theo hơi thở
nhớ ai chỉ nhớ thuở hiền ngoan
.
Tháng Sáu chờ hoài chưa thấy nắng
dạo nầy chẳng tha thiết tương lai
tháng Sáu nắng hườm như con gái
thơm mùi táo chín nhìn không ăn
.
Tháng Giêng, 2, 3, 4... qua tháng 5
tháng 7, 8, 9, 10... tháng chạp
tháng Sáu về giữa mười hai tháng
tháng nào ta gặp lại người ta
.
Đôi lúc vô tình nhìn qua gương
có phải ta không chợt hãi hùng
mấy thu nguyên trăm năm một thoáng
quê người đêm mơ thấy kiều ngoan *(10: 20 am)*
Stanton California June 2019 – June 19th, 2024

THÁNG TƯ CÒN ĐÂY MÀ ĐÃ VỜI VỢI XA

Mới đó mà đã qua tháng Tư
mới đó
mới đó mà...
mới đó mà đã bao nhiêu tháng Tư,
ơi! dòng thời gian
như con nước
yên bình xô nhau trôi qua
trôi qua
trôi qua
bên dưới chân cầu nơi ta đang đứng trên cao thành
cầu nhìn xuống
như dòng đời
trong ta đang trôi qua
trong một vô tình bất chợt vô tình ta đứng trên bờ
đời quán trọ cõi-người ta ta nhìn lại đời mình
trôi qua
trong bình yên ngỡ ngàng

.
Đây,
một dòng thời gian
trong khôn cùng dòng thời gian
như một dòng đời
trong khôn cùng dòng đời
trong ta
ta còn kịp chận lại
giữ lại thành bài thơ này:
một bài thơ chỉ cần viết một chữ hoa khởi đầu
một bài thơ không cần dấu chấm than
một bài thơ không cần dấu chấm lửng
vẫn vơi đầy khởi sự
vẫn vơi đầy những tiếc nuối
vẫn vơi đầy những bao nhiêu điều chưa nói ra hết
trong một lần bất chợt lúc này,
tháng Tư
tháng Tư còn đây mà đã vời vợi xa
50 năm! *(2:12 chiều)*
Stanton California April 2018 – Apr. 6th, 2025

THÁNG TƯ ĐEN
& CƠN MỘNG DU ĐỎ

Tháng Tư
tháng Tư đen
lâu rồi
mù khơi
mấy ai còn buồn
nước trôi qua cầu
biển xanh mây trắng
49 năm... 49 năm...
đã phai màu
tháng Tư đã qua mùa khổ nạn
tháng Tư trở về bốn mùa
tháng Tư vàng... nắng
tháng Tư hiền
như con gái
tháng tư nắng hườm chín tới
nắng như em
tháng tư mưa xa hạ đâu đây
.
Bên em
năm ngón tay khẽ thức
nhẹ vuốt tóc dài
nhẹ nghịch môi non
tháng Tư buổi sáng không sương mù
tháng Tư trưa buồn chưa đủ giấc chiêm bao
tháng Tư buổi chiều đến chậm trời quên tắt
tháng Tư đêm rất bình yên
tháng Tư quên bẵng chuyện tháng Tư

.
Tháng Tư cuối tuần xuống Bolsa* ghé Golden West College,**
đi chợ trời
tháng Tư xuề xòa
tháng Tư mặc ngôn ngữ bất đồng
tháng Tư chợt nghe em cười nơi xứ lạ
tháng Tư giật mình quên bẵng chuyện tháng tư

.
"Tháng Tư có còn buồn?"
"Tháng Tư còn đó
một cơn mộng du đỏ
còn đó,
một nỗi buồn!" *(6:47 PM)*
Stanton California Apr.2023 – 02nd, 2024
*Bolsa: có khu thương mại Little Saigon của cộng đồng người Việt ở California.
** Golden West College: chợ trời cuối tuần trong bãi đỗ xe Đại học Golden West College.

THÁNG TƯ EM CÓ BUỒN

Tháng Tư nắng hiền như con gái
nắng vừa chín tới nắng như em
nhìn em từ giữa hai thế kỷ
tự mắt nhìn môi tóc lại xanh
.
Tháng Tư mưa xa hè gần lắm
nắng vàng mát ngọt nắng như em
bên em năm ngón tay khẽ thức
nhẹ vuốt tóc dài nghịch môi non
.
Tháng Tư buổi sáng không sương mù
trưa buồn chưa đủ giấc chiêm bao
buổi chiều đến chậm trời quên tắt
cho đêm rất dài chuyện rất quen
.
Tháng Tư xuống Bolsa* đi chợ trời
xuề xòa mặc ngôn ngữ bất đồng
chợt nghe em cười nơi xứ lạ
giật mình quên bẵng chuyện tháng Tư *(7:12pm)*
Stanton California Apr. 18th, 2019
**đường Bolsa chạy ngang phố nhỏ Little Saigon in S. California*

THÁNG TƯ MÙA CÔ QUẠNH

Tháng Tư... Tháng Tư... mùa cô quạnh!
Ta bước gập ghềnh qua tháng Tư

Tháng Tư khởi sự mùa cô quạnh
xứ xa đâu có Bến Giang Đầu
đâu chàng Trương Chi nàng Mị Nương
cớ sao xót xa hồn hoang phế
sáng ra còn tiếc khúc chiêm bao
.
Tháng Tư khởi đi chiều thứ 7
xuôi xe về phố uống cà phê
Ừ! thì ngực nở thì mông cong
sao nghe gợi nhớ mùi thơm khác
làm sao lấp đầy hố yêu thương

Tháng Tư khởi sự mùa cô quạnh
Phượng xưa mờ mịt Ngàn thu xa
chớm một chút tình mùa vàng mơ
chiều qua mưa bóng mây vừa tạnh
chợt nghe tội tình tiếng con tim
.
Tháng Tư đêm về cô đơn lạ
thèm ghê mới đó đã tàn y
những tưởng nghìn trùng mùa yêu thương
thì thôi chỉ là cơn ảo tưởng
tiền kiếp hồi quang chóng lụi tàn
.
Tháng Tư... Tháng Tư... mùa cô quạnh!
Ta bước gập ghềnh qua tháng Tư (6: 45 AM)
Stanton California Apr. 4th, 2023

THÁNG TƯ NÀY
NHỚ THÁNG TƯ XƯA

Ta nhìn ta bên cầu mơ lỗi nhịp
dập dềnh trôi về, những hoài niệm xưa
nửa thế kỷ hồn bên hồn nương tựa
chuyện áo cơm quên bẵng chuyện tháng Tư
một thoáng chiêm bao nồi kê chưa chín
mơ hồ một thời chinh chiến điêu linh
có chuyện tình mình ngày xưa huyện lỵ
tháng năm dài thương sao dáng người xưa
ngực thanh tân vai tròn mông ngồn ngộn
chiều mưa mây chưa kịp nụ môi hôn
phải từ hồng hoang người về thuở ấy
ta ngu ngơ đùa, thầm nghĩ làm vui
em không hiểu tiếng yêu ta trầm tích
chuyện tình đầu em còn nhớ hay quên
hư hao tinh thể từng đêm đứt khúc
tóc bạc vàng phai, hồn dạt trăm năm
đường ta về chiều nay mưa thấm lạnh
tháng Tư này nhớ... ơi! tháng Tư xưa *(2:11 pm)*
Stanton California Apr. 2017 – Apr. 21st, 2025

THÈM MỘT TIẾNG MƯA
MƯA CUỐI NĂM

Nửa khuya không ngủ
thèm một tiếng mưa
trở mình buốt lạnh
nghe mình tội tình
không nơi nương thân
mùa xuân chưa về
bước chiều quanh co...
một hôm xôn xao
phố nhỏ người về
người ơi! người ơi!
.
Xuân nao xa lắc
thuở yêu dại khờ
xa lắc xa lơ...
nửa khuya không ngủ
thèm một tiếng yêu
nghe xuân đâu đây
người ơi! người ơi! *(1:09 khuya)*
Stanton California Dec. 28th, 2023

THÌ THÔI NHỎ ƠI!

Thì thôi Nhỏ đừng bận lòng
mùa xuân chợt đến chợt đi
cơn mưa bóng mây vừa tạnh
buồn ơi! con nước trôi xuôi
.
Thì thôi Nhỏ đừng bận lòng
mùa hè nhuộm tím con đường
nhớ ai trường xưa xế bóng
nghìn trùng ngăn cách người thương
.
Thì thôi Nhỏ đừng bận lòng
mùa thu lá vàng công viên
yêu ai ngày, đêm... lỗi nhịp
thôi thì phố cũ buồn tênh
.
Thì thôi Nhỏ đừng bận lòng
mùa đông tuyết buốt hoàng hôn
nửa đêm nhớ ai đứt khúc
huyền mơ mộng đẹp giai nhân
.
Thì thôi Nhỏ đừng bận lòng
một mai còn người ở lại
kỷ vật nhỏ tặng mang theo
nửa kia chắc nhỏ ngậm ngùi *(4:05 AM)*
Stanton California Feb. 2023

THƯƠNG NHỚ NGÀY XƯA

Thu lạnh ngắt ngơ
phấn hồng sương đọng
xanh biếc hoang hoa
lá phong vàng rụng
sóng sánh tà huy
nửa khuya tỉnh mộng
vườn sau hương bưởi
tưởng người trong mơ
...sáng nay Phố Nhỏ*
hiển lộng chân dài
tóc huyền con gái
quên mùa cố hương
xa lơ xa lắc
dáng em tiểu thư
có gã thư sinh
chiều nghiêng trường vắng
mắt biếc vai tròn
thương hoài trăm năm
nửa đêm tỉnh thức
tình ơi vô thường
đường đời đứt khúc
lãng tử có người
một hôm tóc bạc
thương nhớ ngày xưa
ơn em tình non
dẫu chiều vàng tay *(4:56 PM)*
Stanton Cali. Oct. 5th, 2022
*Phố Nhỏ: Little Saigon in California

THƯƠNG NHỚ NGƯỜI TA

Đôi mắt người ta đẹp lạ thường
đẹp như đôi mắt người xưa ấy
cô bé láng giềng thuở thơ ngây
.
Đôi môi người ta mọng gọi mời
vô thường ta chưa là cơn gió
một chút chạm thôi sẽ ngu ngơ
.
Mái tóc người ta gợn sóng tình
thuyền nhỏ tròng trành ra biển mộng
những sợi thơ buồn chợt ngóng trông
.
Bàn tay người ta những ngó sen
xin ai đi về gìn giữ ngọc
một giấc mơ chiều đã trăm năm *(5:57 am)*
Stanton, California Mar. 2016 – Mar. 13th, 2024

THƯƠNG NHỚ NGƯỜI THƯƠNG

Bão lòng nỗi nhớ còn xanh
hạ nâu thu tím xa dần huyền mơ
rêu vàng phố nhỏ ngu ngơ
đường chiều bước thấp bước cao gập ghềnh
em đi cát mộng thùy dương
cồn hoa làng cũ yêu đương tuyệt mù
mây mưa từ độ tàn Thu
nụ Nguyên sớm nở sầu đâu mưa nguồn
anh về áo vũ cơ hàn
trắng hồn đêm xuống đại ngàn chiêm bao
vu sơn trên đỉnh hư hao
khe non cỏ mượt bờ lau một lần
thì thôi mộng ước phù vân
chút duyên tiền kiếp bẽ bàng hợp tan
thì thôi giữ ngọc gìn vàng
nợ tình quẳng gánh ân cần mai sau
thì thôi môi ấy mắt sâu
giọng oanh hơi ngọng ra điều hồn nhiên
còn nhau một chút tình riêng
nhớ nhau xin một chút hờn làm ngoan
nửa đêm thơm ngát hoàng lan
giật mình còn ngỡ mùi thương thuở nào
giọt sương lạnh ngắt như tờ
một mình ngơ ngác ngưỡng bờ tử sinh *(8:04 AM)*
Stanton California Aug. 14th, 2023

TRÀNG GIANG
CHUYỆN XƯA LỤC BÁT

Anh xa phố biển, xóm hai
bên con đường trước chợ ngày phía sau
nhà em che khuất. Mỗi chiều
em ra giúp mẹ, anh ngu ngơ chờ.
.
Nhớ đôi mắt tròn, to, mơ
mộng ngày nao xa lắc lơ nẩy mầm
vươn lên che mát con tim
anh, về tỉnh thức gọi thầm người xưa…
.
Ba mươi năm ba mươi mùa
xuân xứ lạ! Những cơn mưa lỡ làng
vẫn rơi xuống đời, xuống dòng
Tràng giang xanh ngát thuở còn yêu ai

Chuyện tình như mưa bóng mây
không kịp cho mình nói lời yêu đương,
chỉ đủ mình nhớ mình thương
vừa đủ mình đợi mộng thương từng đêm
.
Nhớ đôi mắt hiền, đen lay
láy làm cậu bé một thời ngu ngơ,
khờ khạo khởi sự bước vào
con đường tình sử ngọt ngào hồng hoang

Stanton alifornia Nov. 14th, 2020

TRANH LÕA THỂ
(họa theo bài thơ TRANH LÕA THỂ, BÍCH KHÊ 1939)

(Wikipedia)

Màu tầm xuân vờn trong tranh giai nhân
Ô tiên nương! nàng về ngồi nơi nầy?
Nàng nơi mô? Xiêm y vừa đâu đây?
.
Về dâng lên nguyên châu thân kiều my
Nàng là băng hay da nàng băng tan?
Nàng là hương hay dung nhan lên hương?
Huyền ngời châu rung vàng mơ nghê thường
Sầu đầy rơi đang tuôn hàng lưu ly
Đêm u huyền say mơ trên hai vai
Vài dòng trăng say sưa nơi làn môi
Hai đào tiên! hai đào tiên! chao ôi!
Cho tôi đầy ôi dòng sâm thơm ngon
Ôi lồ trầm ôi toà hoa nghiêm đông!
Tôi run run kìm ngang nơi hồn si...
Ồ hai tay rơi ly vàng phai phôi
Ồ hai chân bung màu sen mây mưa
Cho tôi nàng! cho tôi nàng! cao xa
Tôi miên man cuồng điên men quỳnh dao
Cho đê mê, chơi vơi, hồn lên cao
Một tinh cầu đang tan ra sông hồ

.
Tiên nương ơi! nàng về trên nhân gian
Màu thời gian đành chầu nơi chân nàng
Xuân muôn đời di thân miền phù tang!
Gương muôn năm soi ngang ngàn miên man!
Vì làm sao nâng niu bầu hàn băng
Ôm tranh người, lơ ngơ nhìn thi nhân?
Hay nàng suy tư nguy nga hàng thành?
Hay nàng trông chờ tình trong như trăng?
Ôi! nàng ôi! Làm sao nàng không sầu
Người thi nhân, khôi ngô màu khiêu dâm
Trăng bình yên còn trầm trong thơ câm
Thanh triều âm hẳng sôi trên lời thơ?
Ôi! Nàng ôi! lời lên, lời tiên nương
Lời trân châu rung ngang khung lòng tôi...
.
Kiều Nương! Kiều Nương! Lên đôi song đôi
Cho tôi đo màu hương trời hương mây
Theo huyền êm tràn men say lê thê
Theo yêu tinh dồn ganh xuyên vô gan
Ta mê đi – trong vài giây mê loàn
Rơi muôn lần rồi bay lên ngàn lần *(11:35 am)*
Stanton California Oct. 01ˢᵗ, 2023

TRĂM NĂM CÔ ĐƠN

Bình yên bước ra vườn
làm thinh một mình trăng
những giọt sương long lanh
đọng trên đóa hồng non
lũ chim còn ngủ ngon
nghe lạnh... mưa đầu đông
mái hiên Tây dợn buồn
hồn trăm năm cô đơn
.
Café café rơi
từng giọt giọt vắn dài
xuống nằm ngoan đáy ly
mặc kệ... mặc kệ đời
sương mù mờ thành ly
vài giọt còn chơi vơi
sao ngập ngừng chưa rơi
xuống dòng đời phai phôi
.
Người thương ơi! Nhỏ ơi!
cố quận xa nghìn trùng
mùa đông ơi mùa đông
một mình về Tây hiên
sao không rủ người thương
thương người thương vô thường
nghe thời gian vô thường
qua nguyên mùa thu buồn *(3:24 AM)*
Stanton California Nov. 15th, 2023

TRĂM NĂM CÔ QUẠNH

Ngoài đại dương bất chợt sóng ngầm,
trên đại ngàn dòng dung nham khởi sự
khi hườm hoa khoe dáng một cõi hồng trần ngồn
ngộn thiên nhiên
hồn ta là một thành quách vừa trầm tích sau một
thập niên mà ngỡ như trăm năm cổ thụ quấn quanh
vừa tỉnh thức
em hiền ngoan mà phút chốc mộng mị trên con
đường độc đạo Ta những tưởng đang thiên di về một
cõi thiên thu viễn biệt
nên
sóng ngầm hiển lộng
tinh anh phát tiết
ngày tháng trôi qua ngỡ bất tận như hằng hà cát
trắng một hôm thảng thốt kinh hoàng dòng đời cửa
biển
đêm bên này ngày bên kia buồn nhớ em quay quắt
như con đợi mẹ chợ về
tinh mơ bên này khuya lắc lơ bên kia cuồng si tắm
mát trên dòng sông em mát rượi sơ nguyên
mê man nhìn em nói với em bằng thứ ngôn ngữ thuở
Adam Eve hồng hoang trái cấm
còn nguyên vẹn một mùa vàng sánh mật ngọt thơm
ngon mùi táo chín
năm nay trời Cali thật lạ
ta ngực trần thấm lạnh ngửa cổ ho khan,
"Tình yêu ơi tình yêu!"
mùa Giêng đã qua lâu sao những cơn mưa xuân còn
quyến luyến dẫu hạ vàng phượng tím nghe chừng
thấp thoáng trên những con đường Ta xe qua và quê
nhà màu đỏ rực thanh bình nơi sân trường có em
ngoan chinh phụ

mấy hôm nay hồn Ta vui lạ
có cơn bão đang tràn qua California
mưa sáng sớm
mưa chiều về
mưa khuya
cho đất đai Ta qua mùa khô hạn
ta thương em... thương nõn nà thương hiền ngoan
người con gái ngủ hoài trong khu rừng già đang chờ
Ta về trọn vẹn một nụ hôn tinh khôi bất biến
ôi! Hòa Bình và Cuồng nộ
ôi! Nghìn Trùng và Thương Yêu
Ta run lên và mê man nói những lời yêu thương mùa
cổ điển với người mình yêu như một gã mộng du
đang chạy ùa xuống Cồn Hoa Vàng cát trắng chiêm bao
trong cõi trăm năm
có gã tà huy lãng tử
có người con gái lúa thì con gái
và tình yêu đâu phải mù sa
em lại bắt Ta về làm gã ngu ngơ
em thương hồn ta hư hao
em đây rồi trong hồn Ta một nửa viên mãn
bất chợt khởi sự rung động cuồng si bát ngát thảo
nguyên như tợ chưa bao giờ
trong ngỡ hồn mình rồi cũng loay hoay cho hết một
đời buồn tênh ảo mộng
thương sao một nụ cười một ánh mắt một vòng môi
cong tròn nũng nịu đòi Ta ru em những bài tình thơ
muôn thuở
hồn Ta chiều về mặt biển dậy sóng xôn xao,
sao vô thường khuya nay
đã trăm năm cô quạnh...
Stanton California Mar. – Oct. 2023

TRÊN ĐỈNH MÙA XUÂN

Em có nghe vườn sau
có cơn mưa ghé qua
có cơn gió mang hơi Xuân đầu mùa buốt lạnh
ngang vào phòng ngủ có hai đứa mình
đang yêu nhau...
mưa nguồn suối khe
khỏa thân gọi mời
nhịp đêm nghê thường
.
Mười ngón tay anh
lũ ngón dài ngón ngắn
lối quen đi về
trà mi đã tỏ
cần gì vội
sao lần nào cũng nôn...
.
Cùng nhau vào tuyệt tận
như kẻ mộng du
anh hành động bằng bản năng sinh tồn của một người đàn ông
như tổ tiên, người tiền sử, đã từng làm từ thuở hồng hoang
trên hành tinh xanh

.
Không còn một ranh giới địa lý nào giữa anh và em
hai trong một
chúng mình tan vào nhau
vào sâu dần
nơi bất tận cùng
dòng phún thạch phun tràn
qua bờ nhỏ hoang khe
trăm năm cồn hoa vàng vừa nở một đóa vô ưu
.
Như con mèo ngoan
anh cạ chân anh vào chân em
nơi thon, dài, mịn
và
một nụ hôn
.
Chúng mình như hai đứa bé hồn nhiên nằm bên nhau
lắng nghe bên ngoài cơn mưa vừa tạnh
nhè nhẹ mùa Xuân về dưới mái tây hiên
nơi xứ người qua nhiều năm đã nên cố quận... *(10:23 pm)*
Stanton California Jan. 19th, 2024

TRÊN ĐỈNH PHÙ VÂN

Ta về trên Đỉnh Phù Vân
Phiêu bồng ngày tháng ung dung hoang hồn
Buông đôi mắt buông đôi mông
Buông đôi ngực nở trắng hồng như hoa
.
Từng ngày trên đỉnh phù vân
Liêu trai dáng ngọc hôn hoàng vàng mơ
Lâu rồi từ giã ngây thơ
Nhẹ nhàng tinh thể ơ hờ cũng quen
.
Buồn tênh trên đỉnh phù vân
Từ nay xin hứa mưa nguồn biển xanh
Nửa đêm gió lộng ngoài sân
Chiêm bao ngồn ngộn miên trường hương trinh
.
Nhẹ bàn tay mơn lá non
Long lanh sương đọng trên thành hoa mai
Nghiêng nghiêng bờ lá cồn lai
Đôi mươi lồng lộng trăng hoài dã mang
Stanton California Oct. 2021

TRONG ĐÊM GIAO THỪA

Anh đưa em đi đón giao thừa
dường như đêm trôi nhẹ như mơ
tay em ấm giữa trời buốt lạnh
anh muốn hôn em... thật bất ngờ
.
Dòng thời gian ngừng chảy đâu đây
đứng bên bờ đời hai đứa mình
nghe trong hiện tại thời thơ dại
yêu em bằng tình đầu ngất ngây
.
Pháo nổ tưng bừng trước sân chùa
những cô thiếu nữ áo dài xưa
gái Xuân trở về mùa cổ điển
khoe dáng ngoan hiền nét kiêu sa
.
Khuya rồi anh đưa em về nhà
chúng mình vừa qua đêm giao thừa
về nha... Anh đưa em về nhà
bất chợt thoáng buồn trong bao la *(9:49 PM)*
Stanton, California Mùng 1 2017 - 25 Tết Giáp Thìn 2024

VÀNG RƠI

Mùa thu
  buông tay buồn
Vàng
  vàng
    đầu mùa rơi
Ta,
trăm năm khù khờ
hoài tình xưa ngu ngơ
thời gian con sông mơ
đời mình? còn gì đâu!
mưa rơi bên Giang đầu
lần yêu này tình sau
sao yêu hơn tình đầu
về đi em mưa mau
Vàng!
  Vàng!
    rơi qua tay
Em ơi!
  thiên thu sầu *(3:29 sáng)*
Stanton California Oct. 16th 202...

VÀO XUÂN

Xuân
nghe đâu đây thật lạ
hiên tây lại vàng hoa
Em
tăm mây từ dạo ấy
đường đời buồn hay vui
Ta
nhìn tuyết trắng viền mái núi mờ xa hồn đầy vơi
em mùa xưa hay em mùa nầy
mộng xưa đã tàn cuộc sao bước đời còn chông chênh
.
Xuân
ngàn năm xuân nõn nà
trăm năm xuân mơn mởn
Em
mộng mị mùa chiêm bao
trà mi lối đi về
Ta
trầm tích kỷ niệm một thời... ngày xưa
những giấc mơ theo ngày tháng dẫu cùng cố nhân
đang đi vào mùa thiên thu.
đêm bất ngờ mộng hoàng hoa
sáng nay xuống phố có cơn mưa lạ thường
chân dài ngực mọng môi non
em về qua phố nhỏ mang theo xuân đầu mùa *(12:50 khuya)*
Stanton California Dec. 13th, 2023

VẮT NỬA THÁNG MƯỜI MỘT

Vắt nửa tháng Mười Một
được một cơn mưa chiều
nghe tin từ cố quận
có người thân sang chơi
xin thưa cho tôi hỏi
có gặp người tôi thương?
Sài Gòn mênh mông quá
hay sớm nắng chiều mưa
chắc gì người ta đó
có còn nhớ hay quên
.
Vắt nửa tháng Mười Một
lưng lửng chén tương tư
làm sao cho vừa đủ
cơn khát tình trăm năm
cồn hoa vàng khô hạn
nụ vô ưu mù sa
chia tay từ dạo ấy
phố nhỏ* buồn ngu ngơ
không biết người bên ấy
có còn nhớ hay quên

.
Vắt nửa tháng Mười Một
nghe buốt lạnh ùa về
chiêm bao khuya trở mình
thoảng vườn sau hương bưởi
ngỡ mùi người vừa mơ
quen như người kiếp trước
cuộc tái sinh lỡ mùa
tội hồn mình thẩn thờ,
"Không biết người năm ngoái?
có còn nhớ hay quên!" *(5:13 PM)*
Stanton California Nov. 16th, 2023
*phố nhỏ: Little Saigon City

Vén

(Nhớ Bùi Giáng)

Vén mai sợi vắn sợi dài
ngàn năm khởi sự mộng hoài nửa khuya
sáng nay vén nhẹ đầu mùa
mưa nguồn phố quận mù sa hoa cồn*

.

Vén hồn thấy cõi trăm năm
con đường bụi đỏ sắp nằm thiên thu
thôi thì quẳng gánh lo thôi
về yêu hoa cúc* áo mơ màu dễ thương

.

Vén lòng em có cho không
nghìn trùng thiên lý thiên nhiên một tòa
làm sao giữ áo mù sa*
làm sao trút quần phong nhụy cho tà huy bay *(7:26 am)*
Stanton California June 5th, 2022
*Em về giữ áo mù sa
 Trút quần phong nhụy cho tà huy bay, Bùi Giáng
*Lá hoa cồn, Bùi Giáng
*Áo nàng vàng anh về yêu hoa cúc/ Áo nàng xanh... Nguyên Sa, sau
Duyên Anh dùng "về yêu hoa cúc" đặt tên cho một truyện dài của ông.

XÁ LỢI TÌNH YÊU

Em đi qua đời tôi
mầm non chưa nhú lá
giọt mưa đời một mai
nằm yên vùng ký ức
cuối con đường phố lạ
chợt nhớ ai vô cùng

.

Em đi qua đời tôi
chuyện đầu mùa trầm tích
thành xá lợi tình yêu
chữa lành cơn trầm cảm
chiêm bao ngày tháng cũ
thấy khuôn mặt người xưa

.

Em đi qua đời tôi
gập ghềnh đời vạn biến
mùa thu vàng qua tay
lá rơi tràn lối nhỏ
ngỡ hồn mình bất biến
ngỡ đâu đang vô thường

.
Em đi qua đời tôi
chiều đi hè gió lộng
đêm về khuya lắc lơ
cùng nhau qua phố vắng
lời yêu ai không vội
ai ngờ đời dở dang
.
Em đi qua đời tôi
mặt nước hồ sương khói
mùa thu về đâu đây
lá thay màu ngơ ngác
giũ lòng thành xá lợi
mơ hồ cõi trăm năm
Stanton California Aug. 2022- May 19th, 2024

XÓM CỔNG
QUÊ NGOẠI NGÀY XƯA
(Viết cho mùa Mother's Day)

Xóm Cổng... Xóm Cổng ngày xưa, cái tên mộc mạc
con đường đê nhỏ ngoằn ngoèo mùa mưa nhão
nhoẹt bước đi không quen,
những cái cống cây xả nước lên xuống nghe nước
chảy ào ào trông dữ dội
tuổi thơ sợ hãi ngập ngừng khi đặt bước chân sang
.
Nhớ Ông Bà Ngoại ngồi uống trà chuyện trò những
đêm trăng đầy
bên ngoài hè thằng cháu đang nằm ngủ đôi khi bất
chợt thức giấc
lắng tai nghe tụi gió từ con sông chạy về đùa giỡn
trên những tàu lá dừa trước sân
cái xóm nhỏ thuở ấy hiền hòa bình yên lạ
.
Rồi Bà qua đời sau một tai nạn bất ngờ ở tuổi ngoài 50,
sau một đời bươn chải mua gánh bán gồng những
con cá con tôm từ con sông quê
mãi hơn hai mươi năm sau, khi mắt mũi đã lèm
nhèm, Ông qua đời
sau một đời đạm bạc
và Cậu Bảy, người cậu tài hoa có giọng ca, ngón đờn

sáu câu vọng cổ rất mùi
sau một mùa chinh chiến điêu linh
sau đó vài năm cũng mất.
Những vòng đời ngắn dài
những nỗi buồn trăm năm phận người
Xóm Cổng... Xóm Cổng ngày xưa, cái tên mộc mạc
.
Nghe Mẹ kể, mùa mưa năm đó...
lũ từ thượng nguồn Tây Sơn về trước khi đổ ra cửa
biển Thị Nại chảy ngang qua Cầu Đôi, ngang qua
Xóm Cổng
nơi Ông đón hai Mẹ con về bằng chiếc xuồng con
đón thằng cháu đầu lòng oặt ẹo ra đời
hơn nửa thế kỷ đã trôi đi...
.
Nhớ ngày nào...
hình ảnh Bà Ngoại nhỏ bé, còm cõi đứng ngoài sân nhà
vẫy tay ngoắc thằng cháu lên năm
theo Bà đi ăn bánh xèo ở cái quán nhỏ cuối làng
.
Xóm Cổng... Xóm Cổng ngày xưa, cái tên mộc mạc
nơi có những con người quanh năm an phận
cái xóm nhỏ đầy ắp yêu thương với Ông, Bà, Cậu, Dì
và bà con quanh xóm
nhớ những đêm trăng lộng gió trên những tàu dừa
trước sân
ngày xưa, ngày xưa...
Xóm Cổng còn đó
mà đã thật sự
mù sa! *(4:00 pm)*
Stanton California 2019 – May 10th, 2024

XUÂN BẤT TẬN

Sáng ra buốt lạnh gầy xuân mới
trong ngọc sương đêm đọng lá hoa
mơ hồ ai đi về tiếu diện
dư chấn chiêm bao thần hồn say
biển động tăm mây tin cố quận
ba mùa mai nụ cánh chim bay
.

Nắng lên trưa trật chừ xuân mới
những sợi nắng vàng thơm dáng ngoan
từ độ ban sơ thì trở giấc
lòng đã tạnh rồi mưa bóng mây
bên kia ai có còn làm nũng
thôi thì có nhớ cũng như không
.

Đã nghe chiều lên khua xuân mới
nhiều lúc giật mình thương mình ên
dòng đời bao lần thay con nước
quê hương nghìn dặm chừ phôi phai
xứ người lâu quá nên cố quận
buồn ai đã mất mùa ngây thơ
.

Nửa đêm tỉnh thức nghe xuân mới
người của mùa xưa về trong mơ
nghìn trùng hai bến bờ biển lặng
hai con mắt khóc người hai con*
Trà Mi lối đi về đã tỏ
sao còn tiếc nuối mộng hoàng hoa *(2:58 qua khuya)*
Stanton California Jan. 2024 – Jan. 14th, 2025
*Còn hai con mắt khóc người một con (Mắt buồn, trong tập Mưa Nguồn, Bùi Giáng 1962)

XUÂN NGOAN

Mùa xuân qua phố
Nghe quen lạ
Ta chứng nhân hoài
Em vô tư
Mùa xuân nõn nà
Tóc mai ngoan
Từ đông ngâu lạnh
Chiều vào ngủ
Nửa đêm thức giấc mộng mơ hồ
.
 Long lanh sương đọng
Vàng một đóa
Ta cội hoa gầy
Mơ dáng ai
Đêm nay trở lại thời xa lắc
Thấy gì vui quá cười thật ngon
.
Cuối năm đón tết
Em ghé chợ
Chân dài từ giã
Tuổi thơ ngây
Em theo mưa nhỏ
Về qua phố
Thời gian dừng lại ta chứng nhân
Stanton California Jan. 5th, 2022

XUÂN NHIỆM MÀU

Thôi thì tình đã như không
Trà Mi năm ngoái dặm hồng khơi xa
cầu mơ lỗi nhịp trăng tà
ta về nương náu hoàng hoa cội ngàn
.
Thôi thì ngó ý tơ lòng
người thương ơi! khuất... cuối dòng Tương Giang*
sáng nay tuyết xuống tây hiên
nghe trong buốt lạnh hơi xuân nhiệm màu
.
Thôi thì trời đổ mưa mau
giọt xuân rậm rật hồn chiều chiêm bao
chập chùng bước thấp bước cao
giật mình... hứng lấy sắc màu nguyên xuân
.
Thôi thì tình đã vô thường
hương xuân khởi sự... dẫu lòng buồn tênh
mùa nguyên xuân mộng nguyên xuân
xuôi xe xuống phố nghe hồn chân như *(3:26 về sáng)*

*"Sông Tương một dải nông sờ
Bên trông đầu nọ, bên chờ cuối kia". (Kiều, Nguyễn Du)
Stanton California Jan. 2024 – Jan. 7th, 2025

XUÂN XA

Anh và em mình đi chợ hoa
Tháng giêng xuôi mưa về Bolsa*
xứ xa lâu dần nên cố quận
người Mỹ ngỡ ngàng qua phố quen
.
giao thừa pháo nổ ran sân chùa
chờ Thầy phát lộc lòng chợt ngộ
một năm sẽ đến... mười hai tháng
những ngó tay cùng đan chéo nhau
mình đưa nhau về qua đường vắng
trong đêm lạnh nghe ấm tay em
.
đêm qua mưa nhẹ mai vàng sân
em còn xanh tuổi bước chân ngoan
tết đến rồi đi làm khách lạ
áo dài xếp lại đợi sang năm *(7:52 AM)*
Mùng 5 2019-26 Tết Giáp Thìn 2024
*đường phố chính ngang qua phố nhỏ Little Saigon, California

XUÂN HOANG ĐƯỜNG

Em, khởi sự hoang đường...
mùi Trà Mi thoảng gió
Anh mỗi lần qua ngõ
những ngỡ xuân yêu thương
.
Em, sợi nắng mật vàng
đan xuyên chiều hoang dã
Anh chợt nghe rất lạ
những tơ lòng xốn xang
.
Em, một nửa thiên thần
khúc nghê thường mù sa
Anh mong quên một nửa
Ôi! ác quỷ lọc lừa!*
.
Xứ người hồn ngu ngơ
mùa xuân chừng đâu đây
ngõ xưa còn đâu đấy
ta đã từng chiêm bao *(7:01 tối mùa đông)*
Stanton California May, 2016 – Jan 13th, 2025
*...người tình là ác quỷ/ác quỷ là quyền năng... (Linh mục trong tập thơ Thiên tai (1970), thơ Nguyễn Tất Nhiên)

YÊU ĐƯƠNG LẬN ĐẬN

Ta một đời lận đận
Chỉ vì chuyện yêu đương
Ta một đời long đong
Chỉ vì chuyện yêu đương
Ta một đời lông bông
Chỉ vì chuyện yêu đương
Hỏi, "Còn tiếc gì không?"
Xin trả lời thật thà,
"Bước vô thường gần xa
Còn yêu đương thật thà"
Ôi! Những nụ Quỳnh Hương
Mưa đêm đẹp lạ thường
Nguyên xuân hạ hườm hường
Thu... Thu... Thu lạ thường!
Thu từng giũ áo mù sa*
Cởi quần phong nhụy ta tà huy bay *(7:36 AM)*
Stanton, California Apr. 2017 – Apr. 4th, 2024
*Em về giũ áo mù sa
Trút quần phong nhụy cho tà huy bay, thơ Bùi Giáng

YÊU EM CUỒNG NỘ

(tặng ng. của năm kia tui lỡ ngu ngơ thương có Birth Day Oct. 16th)

Em đi ngang đời ta
trên tinh cầu vàng rêu
mầm tình yêu xanh lên
dòng dung nham cuồng nộ
tràn qua bờ ngu ngơ

.

Em đi ngang đời ta
trên cồn hoa vàng mơ
sau cơn mưa mây chiều
vô ưu hoa một nụ
thơm như môi em hồng

.
Em đi ngang đời ta
trên nguồn ngàn thu ngoan
khe này rừng nguyên sinh
hồn du nay vừa mục
nghe đời mình hư hao

.
Em đi ngang đời ta
trên hàng thành xa xưa
màu thời gian phôi pha
xin Gìn Vàng Giữ Ngọc
chuyện đôi mình mù sa *(10 am/0:00 nửa đêm)*
Stanton California Oct.15th - 16th, 2023

YÊU EM THÁNG MƯỜI
(tặng một cô bé rất xinh và tốt bụng)

Tháng Mười chớm lạnh non như cỏ
mưa nhẹ tìm về nghe rất vui
rũ hạt long lanh trên tóc ướt
em cười giòn giã giữa nhân gian
.
Tháng Mười còn mới xanh như lá
phố nhỏ có em ta chợt vui
ngày mai đời còn gì phiêu bạt
thương mình nghe lòng sóng lao xao
.
Tháng Mười chiều về loang chút nắng
yêu em bằng ngày ấy ngu ngơ
lòng vẫn bình yên như tường cũ
đời dẫu rong rêu hồn nguyên sơ
.
Tháng Mười đêm nay trời trở lạnh
may mà có em tuổi đôi mươi
cho ta viết tiếp câu thơ đẹp
độ lượng thấy đời một chút xuân
.
Tháng Mười gặp em xinh thật xinh
hình như mình có một chút duyên
rồi tháng 10 qua ta xa em
tiếng cười giòn giã dễ gì quên *(5:29pm)*
Stanton California edit nov. 25th, 2019

YÊU EM VĨNH HẰNG

Trăm năm bước trên đường
bắt gặp em dỗi hờn
dẫu anh là chú tiểu
vẫn yêu thương như thường
.
ai ê a trang kinh
đêm dài buồn thêm buồn
muốn đi vào an lạc
ngặt lòng còn chưa buông
.
sáng mai ra phố vui
anh đâu phải sư ông
cần gì phải gõ mõ
yêu em cũng vĩnh hằng *(10:47 AM)*
Stanton, California Apr. 28th 2017

YÊU THƯƠNG CUỒNG NỘ

Chiều nao gió nhẹ mây ngoan
Tóc huyền lãng mạn vương nguồn môi non
Em đi dáng gợi hoang đường
Rừng mơ trái lạ ba vòng liêu trai
Con tim nhịp một nhịp hai
Một hôm phát động bước sai đoạn trường
Khởi từ ngày tháng yêu thương
Khép mi nũng nịu mộng thường chiêm bao
Dung nham cuồng nộ tế bào
Khép lòng nghe những hư hao ngọc nguồn
Hết cuồn cuộn những nghê thường
Xin thưa vừa thoát ra vùng bình yên
Thu nguyên xuân khuất ngỡ ngàng
Vân hạ mưa xuống đông Ngâu một mình *(6:05 pm)*
Stanton California May 2023 – May 19th, 2025

PHẦN 2

THƠ HAIKU

1.
MỘT TÁCH TRÀ

Sư rót trà vào tách,
_ Thưa Sư! Nước tràn tách! Tràn kìa!
_ Phải! đã tràn tách trà.
.
_ Như ông tràn suy lý,
_ Làm sao ta chỉ Thiền cho ông?
_ Cạn tách trà ông đi! *(10:45 tối)*
Stanton Jan. 03rd, 2025
(P/s, từ câu chuyện thiền số 1 trong Góp Nhặt Cát Đá của dịch giả ĐỖ ĐÌNH ĐỒNG (1946-2021), Lá Bối xb 1971)

2.
THEO BƯỚC THIỀN SƯ

Chắc gì sẽ trăm năm
vô thường khởi sự thuở vào đời
ngộ rồi buông... theo Thầy *(12:52 khuya)*
Stanton California Jan. 5th, 2025
(P/s, từ câu chuyện thiền số 2 trong Góp Nhặt Cát Đá của dịch giả
ĐỖ ĐÌNH ĐỒNG (1946-2021), Lá Bối xb 1971)

3.
THẾ À

Con gái họ chửa hoang
Cô ta khai bừa của ông sư
Họ đến chùa tìm sư
.
Họ nói, _ Đây! Con sư!...
Sau... cô chỉ ra, _*Con gã kia!*
Sư lại nói, _*Thế à.* *(3:47 mờ sáng)*
Stanton California Jan. 06th, 2025
(P/s, từ câu chuyện thiền số 3 trong Góp Nhặt Cát Đá của dịch giả
ĐỖ ĐÌNH ĐỒNG (1946-2021), Lá Bối xb 1971)

4.
VÂNG LỜI

Hắn thách thức thiền sư,
_ Ông sẽ không sai khiến được tôi!
_ Trừ phi tôi cũng ngu!
.
Thiền sư rất ôn tồn,
_ Được! Đến đây, tôi chỉ ông thấy!
Hắn kiêu hãnh bước đến
.
_ Hãy qua bên trái này!
_ Không! qua phải và ngồi xuống!
_ Đấy! Ông đã vâng lời! *(10:32 khuya)*
Stanton California Jan. 16th, 2025
(P/s, từ câu chuyện thiền số 4 trong Góp Nhặt Cát Đá của dịch giả ĐỖ ĐÌNH ĐỒNG (1946-2021), Lá Bối xb 1971)

5.
NẾU YÊU, HÃY CÔNG KHAI

Một ni cô xinh đẹp
Hai mươi thiền sư trẻ phải lòng
Lớp thiền không còn yên
.
Một buổi thiền cô nói,
_ Ai yêu tôi hãy ôm tôi đi!
Lớp thiền chẳng còn ai... *(12:21 khuya)*
Stanton California Jan. 18th, 2025
(P/s, từ câu chuyện thiền số 5 trong Góp Nhặt Cát Đá của dịch giả ĐỖ ĐÌNH ĐỒNG (1946-2021), Lá Bối xb 1971)

6.
KHÔNG CHÚT TỪ TÂM

Hai mươi năm cưu mang
Bà lão một hôm sai gái đẹp
Đến thử lòng sư ông
.
_ *Sư muốn em gì nào?*
_ *Một cổ thụ và một mùa đông,*
Sư trả lời lạnh lùng
.
Bà lão giận dữ than,
_ *Một lão già không chút từ tâm!*
_ *Thôi! Đốt rụi cho xong.* *(4:11 sáng)*
Stanton California Jan. 18th, 2025
(P/s, từ câu chuyện thiền số 6 trong Góp Nhặt Cát Đá của dịch giả ĐỖ ĐÌNH ĐỒNG (1946-2021), Lá Bối xb 1971)

7.
THIỀN SƯ CÁO PHÓ

Vào một ngày cuối đời
Tanzo* viết cáo phó chính mình
Và rời bỏ trần gian *(9:31 tối)*
Stanton California Jan. 18th, 2025
*Thiền sư Tanzo mất 27 tháng 7, 1872
(P/s, từ câu chuyện thiền thứ 7 trong GÓP NHẶT CÁT ĐÁ, của dịch giả Đỗ Đình Đồng (1946 – 2021)

8.
ĐẠI LÃNG
(SÓNG LỚN)

Một đô vật bại trận
Bởi chính những học trò của mình
Được một thiền sư khuyên,

.

_ Tên anh là Đại Lãng
_ Anh là Sóng Lớn! Sóng Lớn!
_ Ngồi xuống và thiền định... !

.

...Những con sóng lừng lững
Từ Đại Lãng cuốn trôi tất cả
Những gã đô vật khác *(2:16 khuya)*
Stanton California Jan. 19th, 2025
(P/s, từ câu chuyện thiền số 8 trong Góp Nhặt Cát Đá của dịch giả ĐỖ ĐÌNH ĐỒNG (1946-2021), Lá Bối xb 1971)

9.
CHO CẢ TRĂNG VÀNG

Có vị Sư bên sông
sống trong lều trống hươ trống hoác.
Một đêm trộm đến viếng
.
Sư như thật như chơi,
_ Đây! quà y phấn tảo ta quấn *này**!
_ Đến há về *tay không!*
.
Đạo chích chẳng ngần ngừ
...Bỏ lại Sư trần truồng cười ngất,
_ *Giá cho cả trăng vàng?* (8:19 tối)
Stanton California Feb. 13rd, 2025
*P/s, chắc Sư này theo hạnh đầu đà như Minh Tuệ chăng!
*(P/s, từ câu chuyện thiền số 9 trong Góp Nhặt Cát Đá của dịch giả
ĐỖ ĐÌNH ĐỒNG (1946-2021), Lá Bối xb 1971)*

10.
BÀI THƠ CUỐI CÙNG

Lời Thiền Sư một hôm,
_ *Ta không còn sống đến sang năm*
_ *Các con biết làm gì!*
.
Đệ Tử ngỡ Thầy đùa
Nhưng họ vẫn thay phiên cung phụng
Đãi Thầy bao món ngon...
.
_ *Chiều hè nay... tuyết rơi!*
_ *Các con ngoan... Ta sẽ ra đi...*
... Và Sư đã ra đi.
.
Một Sư khác lạ hơn:
– 7 ngày nữa ta sẽ ra đi.
Sư làm thơ 4 dòng,
.
_ *Ta đến từ **tánh sáng***
_ ***Và sẽ trở về với** tánh sáng*
_ *Vậy tánh sáng là gì?...*
.
Hàng đệ tử kết thúc:
_ *Chúng con đây chính là dòng cuối!*
Sư rống lên, "**Ka... a... a...!!!**"
(Tức khắc, Sư ra đi.) *(6:21 pm)*
Stanton California Feb. 16th, 2025
(P/s, từ câu chuyện thiền số 10 trong Góp Nhặt Cát Đá của dịch giả ĐỖ ĐÌNH ĐỒNG (1946-2021), Lá Bối xb 1971)

11.
TÌNH SỬ NÀNG SHUNKAI

Tuyệt đại mỹ nhân Shunkai
Đời đẫm ướt tình yêu đôi lứa
30 năm trong cõi người
.

Chán chường lũ nhỏ nhen
Nàng quyết định đốt rụi ngôi đền
Chấp nhận 7 năm tù
.

... Đâu rồi người luật sư
đâu người cai ngục si mê nàng,
tiền án "con chim tù"
.

Shunkai chết còn tuyệt đẹp
Và người đời lại thương tiếc nàng
Ôi! Sự ăn năn muộn! *(4:12 sáng)*
Stanton California Feb. 16th, 2025
(P/s, từ câu chuyện thiền số 11 trong Góp Nhặt Cát Đá của dịch giả ĐỖ ĐÌNH ĐỒNG (1946-2021), Lá Bối xb 1971)

12.
MỘT ÔNG PHẬT CƯỜI

Người béo phệ vui nhộn
Vác nặng trên vai một bị vải
Đấy là Ông Phật cười
.
Với trái, hạt dẻ, kẹo
Lôi kéo bọn con nít vây quanh
Ông lang thang khắp nẻo
.
_ Hãy cho tôi một xu!
Ông xin bất kỳ ai hành thiền
Cả những ai không thiền
.
Họ hỏi, _ Thiền là gì?
Ông thả bị... rồi xách bị đi
Là hoạt dụng của thiền *(9:23 khuya)*
Stanton California Feb. 14th, 2025
(P/s, từ câu chuyện thiền số 12 trong Góp Nhặt Cát Đá của dịch giả ĐỖ ĐÌNH ĐỒNG (1946-2021),Lá Bối xb 1971)

13.
MỘT ÔNG PHẬT

Sư em hỏi Sư anh,
_ Huynh có hay uống rượu không ạ?
_ Ta không hề uống rượu.
.
Sư đệ phán 1 câu,
_ Không uống rượu không phải là người...
_ **H... Ử... M...!** Ta là cái gì!?
.
_ Một ông Phật! *(9:44 khuya)*
Stanton California Feb. 14th, 2025
(P/s, từ câu chuyện thiền số 13 trong Góp Nhặt Cát Đá của dịch giả ĐỖ ĐÌNH ĐỒNG (1946-2021), Lá Bối xb 1971)

14.
SAO HUYNH CÕNG GÁI ?!

Trên một con đường lầy
Huynh, Đệ gặp một gái núp hiên
Huynh cõng gái quá giang
.
Đệ nặng lòng thốt lên,
_ Mình là sư, sao huynh cõng gái?!
_ **H... Ì...** ta thả lâu rồi. *(7:07 tối)*
Stanton California Feb. 15th, 2025
(P/s, từ câu chuyện thiền số 14 trong Góp Nhặt Cát Đá của dịch giả ĐỖ ĐÌNH ĐỒNG (1946-2021), Lá Bối xb 1971)

15.
SHOUN & MẸ
_ *Thưa Mẹ con đã về!*
Shoun gõ thiền trượng vào quan tài,
_ *Mừng Mẹ lìa cõi mê!*
.
Đến đi chuyện vô thường
Một hôm trời xanh và trăng thanh
Shoun cũng lìa trần *(3:58 chiều)*
Stanton Little Saigon, California May 01st, 2025
(P/s, từ câu chuyện thiền số 15 trong Góp Nhặt Cát Đá của dịch giả ĐỖ ĐÌNH ĐỒNG (1946-2021), Lá Bối xb 1971)

16.
KHÔNG XA PHẬT TÁNH

Thiền sinh gặp Gassan,
Mang theo bên mình cuốn Thánh Kinh
Đọc những lời Matthew
.
_ *Thưa Sư! Sư có nghe!*
_ *Như hoa Huệ thơm hương ngoài đồng.*
_ *À! Giác ngộ! Giác ngộ!*
.
_ *Thưa Sư! Sư có nghe!*
_ *Xin sẽ được!... Hễ ai xin sẽ được!...*
_ *À! Người có Phật tánh!* (10:03 sáng Sunday)
Stanton California May 01st-May 25th, 2025
(P/s, từ câu chuyện thiền số 16 trong Góp Nhặt Cát Đá của dịch giả ĐỖ ĐÌNH ĐỒNG (1946-2021), Lá Bối xb 1971)

17.
THIỀN LÀ GÌ?

Y sĩ Kusuda tìm Nain
Được Thiền sư cho công án "KHÔNG"
Để ngộ, *"Thiền là gì?"*
.
Hai năm... rồi ba năm
Tâm Kusuda nên yên tịnh
...Sống một đời an nhiên *(7:59 am)*
Stanton California May 01st,-May 25th, 2025
(P/s, từ câu chuyện thiền số 17 trong Góp Nhặt Cát Đá của dịch giả ĐỖ ĐÌNH ĐỒNG (1946-2021), Lá Bối xb 1971)

18.
MỘT TRUYỆN NGỤ NGÔN

Băng qua một cánh đồng
Người đàn ông gặp một con cọp
Cọp liền rượt theo hắn
.
Chạy đến một vực sâu,
Chụp một rễ nho, hắn đu xuống...
Một (con) cọp khác đang chờ
.
Hai con chuột: **Trắng, Đen**
Đang gặm mòn dần rễ cây nho
Hắn thấy một trái dâu chín...
.
_ Ôi chao! trông ngon ngọt làm sao! *(2:25 chiều)*
Stanton California May 03rd, 2025
(P/s, từ câu chuyện thiền số 18 trong Góp Nhặt Cát Đá của dịch giả ĐỖ ĐÌNH ĐỒNG (1946-2021), Lá Bối xb 1971)

19.
ĐỆ NHẤT ĐẾ

Đệ tử nhỏ mài mực
cho Kosen phác họa dòng chữ
"ĐỆ NHẤT ĐẾ" trên giấy
.
Sau tám mươi bốn lần
Chú nhỏ đã cảm nhận như sau,
_ *Không đẹp tí ti nào!*
.
Chú nhỏ bước ra ngoài.
Tâm yên bình Kosen viết nhanh
Dòng chữ đẹp tuyệt vời! *(7:23 am)*
Stanton California May... – May 25th, 2025
(P/s, từ câu chuyện thiền số 19 trong Góp Nhặt Cát Đá của dịch giả ĐỖ ĐÌNH ĐỒNG (1946-2021), Lá Bối xb 1971)

20.
LỜI KHUYÊN CỦA MẸ

Khi còn là Thiền sinh
Jiun lừng danh Phật pháp thích diễn thuyết
Nên tham ái và ngã mạn
.
Mẹ Jiunvội khuyên,
_ *Hãy dành thời gian vào Thiền định*
_ *Sẽ chứng ngộ nghe con!* *(8:02 am)*
Stanton California May 25th, 2025
(P/s, từ câu chuyện thiền số 20 trong Góp Nhặt Cát Đá của dịch giả ĐỖ ĐÌNH ĐỒNG (1946-2021), Lá Bối xb 1971)

PHẦN 3
THƠ CHUYỂN NGỮ

DỪNG CHÂN VEN RỪNG MỘT CHIỀU ĐẦY TUYẾT
by Robert Frost

Tôi thiết nghĩ tôi biết người chủ rừng nầy.
Dẫu nhà ông ta ở trong làng gần đây;
Ông không thấy tôi dừng chân từ xa
Để ngắm cánh rừng ngập trong tuyết dày.
.
Con ngựa nhỏ lấy làm lạ tại sao
Phải đứng lại nơi không trang trại nào
Giữa cánh rừng và hồ nước băng tuyết
Một chiều ảm đạm cuối năm không ngờ.
.
Nó lắc nhẹ cổ mang cái vòng chuông
Như tự hỏi có gì lầm lẫn không.
Chỉ nghe âm thanh khác của tiếng lướt,
Của gió nhẹ và bông tuyết trắng ngần.
.
Rừng đáng yêu, tối tăm và yên ngủ,
Nhưng tôi còn những lời hứa phải giữ,
Và bao dặm đường trước một giấc ngủ,
Và bao dặm đường... trước một giấc ngủ... *(10:25 khuya)*
Stanton California Nov. 17th, 2024
Nguyên tác

STOPPING BY WOODS ON A SNOWY EVENING
by Robert Frost
(American poet, March 26, 1874 – January 29, 1963)

Whose woods these are I think I know.
His house is in the village though;
He will not see me stopping here
To watch his woods fill up with snow.
My little horse must think it queer
To stop without a farmhouse near
Between the woods and frozen lake
The darkest evening of the year.
He gives his harness bells a shake
To ask if there is some mistake.
The only other sound's the sweep
Of easy wind and downy flake.
The woods are lovely, dark and deep,
But I have promises to keep,
And miles to go before I sleep,
And miles to go before I sleep.

CUỒNG MÊ
by Emily Bronte

Đêm đen đang bao trùm quanh tôi,
Gió cuồng dại thổi lạnh buốt thân;
Nhưng cuồng mê bạo tàn ghì tôi
Và tôi không, không thể lê chân.
Những cây đại thụ đang ngả nghiêng
Cành trơ trụi nặng trĩu tuyết băng.
Và cuồng phong nhanh chóng giảm dần,
Và tôi vẫn chưa thể ra đi.
Những đám mây khắp nơi quanh tôi,
Hoang địa bên kia hoang địa nơi nầy;
Nhưng không gì tiêu điều lay chuyển tôi;
Tôi sẽ không, không thể ra đi. *(4:26 mờ sáng)*
Stanton Nov. 21st, 2024
Nguyên tác

SPELLBOUND (1837)
by Emily Bronte
(English Novelist & Poet, 1818-1848)

The night is darkening round me,
The wild winds coldly blow;
But a tyrant spell has bound me
And I cannot, cannot go.
The giant trees are bending
Their bare boughs weighed with snow.
And the storm is fast descending,
And yet I cannot go.
Clouds beyond clouds above me,
Wastes beyond wastes below;
But nothing drear can move me;
I will not, cannot go.

SONNET 97

by William Shakespeare

Mùa đông ngâu như thế này khi thiếu vắng anh
Với người, niềm vui trôi cùng năm tháng thoáng qua!
Lòng anh buốt giá làm sao, những ngày buồn tênh!
Ôi tháng mười hai cũ càng trống trải gần xa!
.
Và qua mùa này những ngày hạ trắng nắng tràn,
Mùa thu đong đầy, miên man vàng rơi ngập lối,
Cưu mang sinh tồn nghiệp duyên khởi sự mầm non,
Cồn hoang lắt lơ góa phụ ngóng người tay với.
.
Bao nhiêu dồn lên này dường dành cho riêng anh
Nhưng hy vọng cút côi và trái xanh non dại;
Vì hạ hồng hoan lạc thú chờ đợi người tình;
Và, nghìn trùng xa cách, bỏ lũ chim non dại
.
Có chăng, chúng líu lo những tiếng nghe buồn ghê
Những chiếc lá nhợt nhạt, hãi hùng khi đông về. *(2:25 nửa khuya)*
Stanton Nov. 24th, 2024
Nguyên Tác

Sonnet 97
by William Shakespeare (1564-1616)

How like a winter hath my absence been
From thee, the pleasure of the fleeting year!
What freezings have I felt, what dark days seen!
What old December's bareness every where!
.
And yet this time removed was summer's time,
The teeming autumn, big with rich increase,
Bearing the wanton burden of the prime,
Like widow'd wombs after their lords' decease:
.
Yet this abundant issue seem'd to me
But hope of orphans and unfather'd fruit;
For summer and his pleasures wait on thee,
And, thou away, the very birds are mute;
.
Or, if they sing, 'tis with so dull a cheer
That leaves look pale, dreading the winter's near.

SONNET 73

By Shakespeare (1564 – 1616)

Qua thu rồi em xem hồn anh ngày đang xế
Mùa vàng rơi còn đây xao xác những tàn phai
Trên cành khô rung động những buốt sầu nhân thế
Đâu tiếng chim giờ vọng bản hợp xướng bi ai
.

Qua thu rồi em xem hồn anh chiều đang tắt
Như mặt trời anh rồi khuất nẻo mái phương tây
Ánh sáng yếu dần xâm thực bởi đêm lạnh ngắt
Cõi người ta lối thiên thu mở ngõ tà huy
.

Qua thu rồi em xem hồn anh xưa ngọn lửa
thôi đành tro tàn trầm tích đáy hồn ngông nghênh
Qua cầu mơ ngoảnh nhìn buông tay hờn muôn thủa
Thời oanh liệt nay một đời trăm năm phai tàn
.

Lời tự tình này một mai em hiểu cho anh
Để yêu anh một người thiên thu trùng trùng xa *(1:20 PM)*
Stanton California Oct. 29th, 2024

SONNET 73
By Shakespeare (1564 – 1616)

That time of year thou mayst in me behold
When yellow leaves, or none, or few, do hang
Upon those boughs which shake against the cold,
Bare ruin'd choirs, where late the sweet birds sang.

In me thou seest the twilight of such day
As after sunset fadeth in the west,
Which by and by black night doth take away,
Death's second self, that seals up all in rest.

In me thou see'st the glowing of such fire
That on the ashes of his youth doth lie,
As the death-bed whereon it must expire
Consumed with that which it was nourish'd by.

This thou perceivest, which makes thy love more strong,
To love that well which thou must leave ere long.

SONNET 130

By Shakespeare (1564 – 1616)

Đôi mắt người tôi yêu sao liên tưởng mặt trời
Đôi môi nàng chớ vội là loài san hô đỏ
Nếu tuyết là trắng thì nàng hồng mịn bờ vai
Nếu tóc huyền dợn thì mái đầu nàng sóng nhỏ
.
Ta đã từng thấy những nụ hoa hồng Damask's
Nhưng ôi!... Trời ơi! đôi má nàng màu hồng phấn
Và mùi nước hoa có ngào ngạt đến bất ngờ
Có thơm hơn hơi thở nàng làm ta ngơ ngẩn
.
Yêu làm sao nghe giọng nói nàng thoáng ngọng nghịu
Vương giọng thơ ngây trôi trên suối nhạc đầy vơi
Tôi thề chưa bao giờ thấy trên không tiên nữ
Nhưng bao lần ngắm chân dài trên đất nàng đi
.
Và... Hỡi Thượng đế ơi! người tình tôi của báu
Cõi trần gian tôi gặp nàng có một không hai *(8:09 AM)*
Stanton California Nov. 1st, 2024

SONNET 130
By Shakespeare (1564 – 1616)

My mistress' eyes are nothing like the sun;
Coral is far more red than her lips' red;
If snow be white, why then her breasts are *dun*;
If hairs be wires, black wires grow on her head.

I have seen roses *Damask'd,* red and white,
But no such roses see I in her cheeks;
And in some perfumes is there more delight
Than in the breath that from my mistress reeks.
I love to hear her speak, yet well I know
That music hath a far more pleasing sound;
I grant I never saw a goddess go;
My mistress, when she walks, treads on the ground:

And yet, by heaven, I think my love as rare
As any she belied with false compare.

SONNET 18
By Shakespeare (1564 – 1616)

Em biết không từ em về một ngày hạ nắng
Em đáng yêu làm sao và nóng hổi thơm ngon
Những cơn gió cuồng lay mầm tháng 5 một thoáng
Nguyện thề mùa hạ cũ lời hò hẹn phai tàn
.

Cũng có lúc con mắt thiên đường hừng hực sáng
Và huy hoàng nào cũng tắt lụi ánh hoàng hôn
Những nét đẹp nào vĩnh cửu hoài theo năm tháng
Thiên nhiên không đong đầy những xuân mộng thu nguyên
.

Nhưng em mùa hạ anh vĩnh viễn há tàn lụi
Em nguyên thu dễ gì đánh mất cõi tài hoa
Cuộc tạo hóa cũng đành quy hàng em mộng mị
Em đi vẫn trong thơ anh bát ngát hằng hà.
.

Chừng nào người vẫn thở thì thơ anh còn đó
Gìn... giai nhân nét khuynh thành ta cõi ngu ngơ *(3:01 PM)*
Stanton California Oct. 31st, 2023

SONNET 18
By Shakespeare (1564 – 1616)

Shall I compare thee to a summer's day?
Thou art more lovely and more temperate.
Rough winds do shake the darling buds of May;
And summer's lease hath all too short a date.

Sometime too hot the eye of heaven shines,
And often is his gold complexion dimm'd;
And every fair from fair sometime declines,
By chance, or nature's changing course untrimm'd;

But thy eternal summer shall not fade,
Nor lose possession of that fair thou owest;
Nor shall Death brag thou wand'rest in his shade,
When in eternal lines to time thou grow'st

So long as men can breathe or eyes can see,
So long lives this, and this gives life to thee.

NHỮNG ĐÁM MÂY VÀ NHỮNG CON SÓNG

By Rabindranath Tagore

Mẹ có nghe: Có tiếng nói từ những đám mây gọi con,
"Chúng tôi vui chơi từ khi thức giấc cho mãi đến ngày qua.
Chúng tôi vui chơi cùng tinh sương vàng mơ, và vầng trăng trắng bạc."
Con hỏi, "Nhưng, làm sao tôi đến với các bạn đây?"
Họ trả lời, "Hãy đến nơi tận cùng trái đất, vươn tay bạn lên bầu trời, và sẽ được đưa lên vào trong những đám mây."
Con hỏi, "Mẹ tôi đang đợi tôi ở nhà, làm sao tôi đành lòng rời xa Mẹ mà ra đi?"
Thì những đám mây mỉm cười và bay đi mất hút.
Nhưng con biết có một trò chơi còn vui hơn, với Mẹ.
Con sẽ là một đám mây và Mẹ vầng trăng.
Con sẽ ôm choàng Mẹ bằng đôi tay con bé nhỏ, và mái nhà ta sẽ là bầu trời xanh."
Có tiếng nói từ những con sóng gọi con,
"Chúng tôi ca hát từ sáng sớm cho mãi đêm thâu; chúng tôi mê mải ngao du khắp nơi và đâu cần biết đã qua những chốn nơi nào."

Con hỏi, "Nhưng làm sao tôi đến tham gia cùng các bạn đây?"

    Họ bảo con, "Hãy đến bên cạnh bờ biển và đứng lại với đôi mắt nhắm chặt, và bạn sẽ được mang ra trên những con sóng."

    Con nói, "Mẹ tôi lúc nào cũng muốn tôi ở nhà vào buổi chiều, làm sao tôi đành lòng rời xa Mẹ mà ra đi?"

    Thì họ mỉm cười, tung sóng và trôi qua.

    Nhưng Con biết có một trò chơi còn vui hơn, với Mẹ. Con sẽ là con sóng và Mẹ sẽ là bến bờ khơi xa.

    Con sẽ mải mê cuộn tăm vỗ bờ lòng Mẹ với tiếng cười con trẻ thơ.

    Và không ai trên thế giới này sẽ biết hai Mẹ Con ta đang ở nơi nào. *(7:30 PM)*
Stanton California Mar. 19th, 2024

CLOUDS AND WAVES
by Rabindranath Tagore

Mother, the folk who live up in the clouds call out to me—
  "We play from the time we wake till the day ends.
  We play with the golden dawn, we play with the silver moon."
  I ask, "But how am I to get up to you ?"
  They answer, "Come to the edge of the earth, lift up your
hands to the sky, and you will be taken up into the clouds."
  "My mother is waiting for me at home, "I say, "How can I leave
her and come?"
  Then they smile and float away.
  But I know a nicer game than that, mother.
  I shall be the cloud and you the moon.
  I shall cover you with both my hands, and our house-top will
be the blue sky.
  The folk who live in the waves call out to me—
  "We sing from morning till night; on and on we travel and know
not where we pass."

I ask, *"But how am I to join you?"*
They tell me, *"Come to the edge of the shore and stand with*
your eyes tight shut, and you will be carried out upon the waves."
I say, *"My mother always wants me at home in the evening*—*
how can I leave her and go?"
They smile, dance and pass by.
But I know a better game than that.
I will be the waves and you will be a strange shore.
I shall roll on and on and on, and break upon your lap with
laughter.
And no one in the world will know where we both are.

BÀI SỐ 28

by Rabindranath Tagore

Đôi mắt em nghi ngờ và buồn làm sao. Chúng dò tìm ý nghĩ anh như ánh trăng soi thấu đáy biển sâu.
Anh đã phơi bày đời mình chân tơ kẽ tóc trước mắt em mà nào còn gì giấu giữ. Đến nỗi rút cuộc rồi ra em chẳng còn biết trời đất gì về anh.
Nếu đời anh chỉ là viên ngọc thạch, anh đã đập vỡ ra trăm muôn nghìn mảnh và xâu thành chuỗi quàng vào em trên tầng tháp cổ.
Nếu đời anh chỉ là một bông hoa tròn trĩnh bé nhỏ thơm ngọt, anh đã ngắt từng cánh hoa cài vào em tóc dài sợi vắn.
Nhưng em yêu dấu ơi, đó là trái tim anh dành cả cho em. Có còn biết đâu là đầu bờ đáy bãi.
Dẫu là nữ hoàng sao em vẫn chưa lường được giới hạn đời anh, một giang sơn em đang trị vì.
Nếu đời anh chỉ là khoảnh khắc niềm vui, nó đã nở ngay một nụ cười cho em đọc rõ ràng khắc khoảnh.
Nếu đời anh chỉ thuần là nỗi nhớ niềm đau, nó đã tan chảy ra những giọt lệ thủy tinh phản chiếu bí mật muôn đời thay lời giãi bày.
Nhưng em yêu dấu ơi, trái tim anh là tình yêu anh dành cho em.
Là niềm vui nỗi đau khôn cùng, là mong cầu cao sang tuyệt tận.
Trái tim anh dõi theo đời em như chính em, nhưng em có bao giờ nào biết nào hay. *(9:32 PM)*
Stanton California Mar. 20th, 2024

THE GARDENER 28
by Rabindranath Tagore

Your questioning eyes are sad. They seek to know my meaning as the moon would fathom the sea.
I have bared my life before your eyes from end to end, with nothing hidden or held back. That is why you know me not.
If it were only a gem, I could break it into a hundred pieces and string them into a chain to put on your neck.
If it were only a flower, round and small and sweet, I could pluck it from its stem to set it in your hair.
But it is a heart, my beloved. Where are its shores and its bottom?
You know not the limits of this kingdom, still you are its queen.
If it were only a moment of pleasure it would flower in an easy smile, and you could see it and read it in a moment.
If it were merely a pain it would melt in limpid tears, reflecting its inmost secret without a word.
But it is love, my beloved.
Its pleasure and pain are boundless, and endless its wants and wealth.
It is as near to you as your life, but you can never wholly know it.

BÀI SỐ 1

by Rabindranath Tagore

Vì niềm vui mình, người đã làm con bất tận. Thân con này như thuyền nhỏ yếu đuối đã bao lần người dọn sạch, rồi từng ấy đong đầy một đời sống mãi xanh tươi.

Thân này như lau sậy bé nhỏ người đã mang qua bao đồi, bao thung lũng và thổi vào bao giai điệu vĩnh hằng mới lạ.

Từ đôi tay người bất diệt vuốt ve trái tim con bé mọn, phá đi giới hạn tim con bằng niềm hân hoan và hồi sinh qua bao lời không sao xiết tả.

Quà tặng khôn cùng người ban cho trên đôi tay con hèn mọn. Bao năm tháng trôi qua, người vẫn hoài đong đầy, sao lòng con càng lắc càng vơi. *(5:32 am)*
Stanton California Mar. 21st, 2024

POEM 1
by Rabindranath Tagore

Thou hast made me endless, such is thy pleasure. This frail vessel thou emptiest again and again, and fillest it ever with fresh life.

This little flute of a reed thou hast carried over hills and dales, and hast breathed through it melodies eternally new.

At the immortal touch of thy hands my little heart loses its limits in joy and gives birth to utterance ineffable.

Thy infinite gifts come to me only on these very small hands of mine. Ages pass, and still thou pourest, and still there is room to fill.

KHI EM GIÀ ĐI
by William Butler Yeats

Khi em đã bạc trắng mái đầu và suốt ngày ngủ,
gật gà gật gù cạnh lò sưởi, trong tay một quyển sách,
chậm rãi đọc, và mơ màng... bình yên trong ánh mắt
đôi mắt em đã từng, sâu thẳm một trời tận thấu;
.
Bao kẻ đã yêu em từ thuở duyên dáng hồn nhiên,
yêu sắc đẹp em dù họ gian dối hay chân thành,
nhưng chỉ một người đã yêu biết bao tâm hồn em thiên thần,
yêu những nỗi buồn trên mặt em dẫu phai tàn dần;
.
Em cúi xuống bên cạnh những thanh củi cháy rực ngời,
thì thầm, một thoáng buồn, sao tình yêu đã chấm dứt
khi tình đang hòa điệu trên những ngọn núi mùa thu cao ngút
sao người ta che giấu khuôn mặt mình giữa một đám sao trời. (2:09 pm)
Stanton California Aug. 15th, 2024
Nguyên tác

When You Are Old

by William Butler Yeats (Irish Poet, Dramatist, Writer, 1865-1939)

When you are old and grey and full of sleep,
And nodding by the fire, take down this book,
And slowly read, and dream of the soft look
Your eyes had once, and of their shadows deep;

How many loved your moments of glad grace,
And loved your beauty with love false or true,
But one man loved the pilgrim soul in you,
And loved the sorrows of your changing face;

And bending down beside the glowing bars,
Murmur, a little sadly, how Love fled
And paced upon the mountains overhead
And hid his face amid a crowd of stars.

ANH CHỈ THÚ NHẬN LÀ
by William Carlos Williams

Anh vừa ăn
những trái plum*
nằm trong
cái hộp ướp lạnh

.
Thứ trái lạ miệng
có lẽ em
để dành cho
bữa ăn sáng

.
Tha cho anh
đã ăn những trái plum ngon thật
vừa chua vừa ngọt
và lạnh làm sao
Stanton Aug. 16th, 2024 *(4:03 về sáng)*
*trái mận đen có vị chua ngọt đậm
Nguyên tác

THIS IS JUST TO SAY
By William Carlos Williams (American Poet, 1883-1963)

I have eaten
the plums
that were in
the icebox

and which
you were probably
saving
for breakfast

Forgive me
they were delicious
so sweet
and so cold

MÙA THU, NHỮNG CHIẾC LÁ, MÙA THU
by Emily Bronte

Mùa thu, lá vàng rơi;
Như nỗi chết, những đóa hoa, vừa tàn phai;
Ngày thì ngắn và đêm thì dài;
Mỗi chiếc lá nói với ta niềm hoan lạc biết bao nhiêu
Những rung động từ cây cội sang thu.
Ta sẽ mỉm cười khi những vòng bông tuyết đầu mùa đông...
Như nở bung nơi sẽ mọc lên những cây hoa hồng;
Ta sẽ hát khi đêm tàn canh
Khởi sự một ngày buồn hơn. *(8:11 pm)*
Stanton California Aug. 13th, 2024
Nguyên tác:

FALL, LEAVES, FALL
*by Emily Bronte **(English Novelist & Poet, 1818-1848)***

Fall, leaves, fall | The Poetry Foundation
Fall, leaves, fall; die, flowers, away;
Lengthen night and shorten day;
Every leaf speaks bliss to me
Fluttering from the autumn tree.
I shall smile when wreaths of snow
Blossom where the rose should grow;
I shall sing when night's decay
Ushers in a drearier day.

MÙA THU

Tôi yêu những cơn gió mạnh bất chợt làm rung
khung cửa suốt ngày
và từ cây du rêu phong
những chiếc lá phai tàn bay đi
qua khung cửa kính chúng quay cuồng
trong khi trăm ngàn chiếc lá khác đã phủ kín xuống
mặt đường
.
Tôi thích nhìn cành cây đưa đẩy
như múa may cho đến khi đêm về
nhà tranh con chim sẻ đậu trên mái
kêu ríu rít như say mê
như mùa xuân trêu đùa
trong lòng mùa hè với ngỡ... ngàn hoa
.
Tôi thích nhìn sợi khói trên mái tranh
cuộn tròn lên cao quyện quanh những tàn cây
những con bồ câu âu yếm nhau quanh cái chuồng
trong những ngày tháng cuối thu này
chú gà trống đang ngửa cổ gáy trên ụ phân
xa xa những cánh buồm đang giăng giăng
.
Chiếc lông rụng từ ức con quạ
rơi trên gốc rạ gầy
những quả sồi cạnh bên cái tổ quạ
đã rụng xuống từ trên cây
những con lợn kêu ụt ịt, cả bọn chúng đã chờ
để rồi tranh nhau ăn trông thật ngu ngơ *(11:25 pm)*
Stanton Aug. 17th, 2024
Nguyên tác

Autumn

by John Clare (English Poet, 1793-1864)

I love the fitfull gusts that shakes
The casement all the day
And from the mossy elm tree takes
The faded leaf away
Twirling it by the window-pane
With thousand others down the lane
.
I love to see the shaking twig
Dance till the shut of eve
The sparrow on the cottage rig
Whose chirp would make believe
That spring was just now flirting by
In summers lap with flowers to lie
.
I love to see the cottage smoke
Curl upwards through the naked trees
The pigeons nestled round the coat
On dull November days like these
The cock upon the dung-hill crowing
The mill sails on the heath a-going
.
The feather from the ravens breast
Falls on the stubble lea
The acorns near the old crows nest
Fall pattering down the tree
The grunting pigs that wait for all
Scramble and hurry where they fall

NHỚ RỪNG THU XƯA
By Katherine Towers

vào trong những lâu đài lên màu nâu ánh đỏ màu đồng
của gỗ dẻ gai và gỗ sồi lạ thường
làm nhớ lại những cây hoang rừng ngàn
đã từng cùng nhau thì thầm
chứng nhân những chiếc lá rơi dần,
và chết qua mùa đông *(10:15 pm)*
Stanton California Aug. 18th, 2024
Nguyên tác

Whim Wood

by Katherine Towers (British Poet, 1961..)

into the coppery halls
of beech and intricate oak
to be close to the trees
as they whisper together
let fall their leaves,
and we die for the winter

ĐẾN VỚI MÙA THU
by John Keats

Mùa của sương mù và mùa của vàng hườm mọng trái,
Tri kỷ của muôn loài dưới ánh dương;
Cùng với mùa thu muôn loài được ban cho đầy tràn thức quí
Với những dây nho bò quanh mái tranh qua từng đêm đen;
Uốn lượn đường cong lưng táo trên những mái tranh rêu phong,
Và đầy những hoa quả chín rục dậy men;
Làm những trái bầu tròn bóng, và những vỏ dẻ cứng căng
Với những quả hạnh nhân ngọt lạ; và nhiều nhiều hơn,
Và còn nữa, những bông hoa nở muộn dành cho đàn ong,
Cho đến nỗi chúng nghĩ những ngày ấm áp sẽ không bao giờ ngừng,
Vì mùa hè có đầy tràn những khoanh ong mật nhiễu vàng.
.
Ai chưa từng thấy người hay ở giữa những bồ lúa vàng?
Đôi khi có ai đó tìm thấy người bên ngoài
Người ngồi lơ đảng bên một vựa lúa trên sàn,
Mái tóc mềm mướt bung lên bởi cơn gió vợi vời;
Hay trên luống cày nửa chừng có vẻ như đang ngủ,
Ngẩn ngơ trong mùi hoa anh túc, dưới trăng khuyết
Bên những luống cày và bao nhiêu là bông hoa:
Và đôi khi như người mót lúa, người giữ chặt
Vững vàng cái đầu nặng trĩu băng ngang một con suối;

Hay bên cái máy ép dầu, với cái nhìn bền trí,
Người nhìn theo những giọt nước cuối cùng từng giờ trôi qua.
.
Đâu là những bản nhạc mùa Xuân? Ừ, mùa Xuân đâu ta?
Đừng nghĩ vậy, người cũng có riêng người những âm giai,
Những đám mây giăng giăng chiều về nở hoa,
Như sóng lụa trên những đồng rạ với màu đỏ hồng tươi;
Thế rồi dàn hợp xướng của loài muỗi vo ve buồn
Giữa con sông chiều vàng vọt, dâng lên dâng lên
Hay chìm xuống khi cơn gió nhẹ tồn sinh;
Và cả đàn cừu vang động tiếng kêu be be từ phía đồi trên;
Những con dế bắt đầu gáy; âm thanh gọn mà sắc
Từ vườn trại nhỏ bên cạnh con chim cổ đỏ đang ngửa cổ huýt;
Còn bọn chim én thì họp đàn líu lo giữa vòm trời xanh. *(1:32 pm)*
Stanton Aug. 19th, 2024
Nguyên tác

To Autumn

by John Keats (English Poet, 1795-1821)

Season of mists and mellow fruitfulness,
Close bosom-friend of the maturing sun;
Conspiring with him how to load and bless
With fruit the vines that round the thatch-eves run;
To bend with apples the moss'd cottage-trees,
And fill all fruit with ripeness to the core;
To swell the gourd, and plump the hazel shells
With a sweet kernel; to set budding more,
And still more, later flowers for the bees,
Until they think warm days will never cease,
For summer has o'er-brimm'd their clammy cells.

Who hath not seen thee oft amid thy store?
Sometimes whoever seeks abroad may find
Thee sitting careless on a granary floor,
Thy hair soft-lifted by the winnowing wind;
Or on a half-reap'd furrow sound asleep,
Drows'd with the fume of poppies, while thy hook
Spares the next swath and all its twined flowers:
And sometimes like a gleaner thou dost keep
Steady thy laden head across a brook;
Or by a cyder-press, with patient look,
Thou watchest the last oozings hours by hours.

Where are the songs of spring? Ay, Where are they?
Think not of them, thou hast thy music too,—
While barred clouds bloom the soft-dying day,
And touch the stubble-plains with rosy hue;
Then in a wailful choir the small gnats mourn
Among the river sallows, borne aloft
Or sinking as the light wind lives or dies;
And full-grown lambs loud bleat from hilly bourn;
Hedge-crickets sing; and now with treble soft
The red-breast whistles from a garden-croft;
And gathering swallows twitter in the skies.

NGUYỆN CẦU ĐẦU NĂM
by Jackie Kay

Hãy nhớ cho, thời khắc giao thừa
khi tương lai xuất hành
như một tờ giấy trắng tinh
một cuốn lịch xinh xinh, một cơ hội mới toanh.
Trên lớp tuyết trắng dày
Em nguyện cầu cho những dấu chân trinh nguyên
rồi nhìn chúng biến đi
cùng cuồng phong nồng nhiệt.
Chuốc đầy ly rượu! Cho chúng mình đây! Những lời nguyện cầu
làm tồn sinh hủy diệt, làm tồn sinh phát tiết. *(sáng mùa đông)*
Stanton Dec. 30th, 2024

PROMISE

By Jackie Kay (Nov. 1961...)

Scottish poet, playwright, and novelist
Remember, the time of year
when the future appears
like a blank sheet of paper
a clean calendar, a new chance.
On thick white snow
You vow fresh footprints
then watch them go
with the wind's hearty gust.
Fill your glass. Here's tae us. Promises
made to be broken, made to last.

NĂM MỚI NÀY

Anonymous

Tôi là Năm Mới nhỏ bé, hô, hô!
Ở đây tôi vấp ngã trên tuyết khô.
Tôi lắc chuông gây ra tiếng ồn thật vui –
Vậy thì hãy mở cửa cho tôi vào đi!
.
Tôi mang quà đến cho mọi người nào –
Người lớn, kẻ nhỏ, người thấp, kẻ cao;
Mỗi phần quà tôi trao như một kho tàng –
Vậy thì hãy mở cửa cho tôi vào trong!
.
Có người được bạc có người được vàng,
Có người được quần áo mới có người đồ tàng tàng;
Có người được đồ thiếc có người đồng thau –
Vậy thì hãy mở cửa cho tôi vào!
.
Có người được nước có người sữa ngon,
Có người được lụa có người sa tanh!
Nhưng mỗi người tôi cho đều được một phần quà –
Vậy thì hãy mở cửa cho tôi vào nha! *(10:29 khuya)*
Stanton Dec. 29th, 2024
Nguyên tác

THE NEW YEAR

Anonymous

I am the little New Year, ho, ho!
Here I come tripping it over the snow.
Shaking my bells with a merry din –
So open your doors and let me in!
Presents I bring for each and all –
Big folks, little folks, short and tall;
Each one from me a treasure may win –
So open your doors and let me in!
Some shall have silver and some shall have gold,
Some shall have new clothes and some shall have old;
Some shall have brass and some shall have tin –
So open your doors and let me in!
Some shall have water and some shall have milk,
Some shall have satin and some shall have silk!
But each from me a present may win –
So open your doors and let me in!

VÒNG ĐỜI MỘT NĂM

by Ella Wheeler Wilcox (American poet, 1850-1919)

Có thể nói gì trong những vần thơ mừng năm mới sang,
Những ngôn từ đã không được nói đến hàng ngàn lần?
.
Năm mới về, năm cũ ra đi,
Chúng mình biết mình mơ, chúng mình mơ mình hay.
.
Chúng mình thức dậy cười với bình minh,
Chúng mình nằm xuống khóc với đêm đen.
.
Chúng mình ôm choàng thế giới cho đến khi nó chích ngòi,
Chúng mình nguyền rủa và rồi thở dài vì đôi cánh bay.
.
Chúng mình sống, chúng mình yêu, chúng mình tán tỉnh, chúng mình kết hôn,
Chúng mình đội vòng hoa cho cô dâu , chúng mình phủ khăn tang cho người từ trần.
.
Chúng mình cười, chúng mình khóc, chúng mình hy vọng, chúng mình hãi hùng,
Và đó là điệp khúc vòng đời một năm. *(11:22 khuya)*
Stanton Dec. 28th, 2024

THE YEAR

Ella Wheeler Wilcox
What can be said in New Year rhymes,
That's not been said a thousand times?
The new years come, the old years go,
We know we dream, we dream we know.
We rise up laughing with the light,
We lie down weeping with the night.
We hug the world until it stings,
We curse it then and sigh for wings.
We live, we love, we woo, we wed,
We wreathe our prides, we sheet our dead.
We laugh, we weep, we hope, we fear,
And that's the burden of a year.
https://poets.org/poem/year

NĂM MỚI
by Carol Ann Duffy

Tôi thả một năm đang lụi tàn sau lưng như thả chiếc khăn choàng rơi xuống. Những chùm pháo hoa đầy trời đua nhau tự tung mình vào màn đêm, như những bông hoa của khát vọng, nồng nàn và tình yêu. Cả không gian bao quanh tôi, đứng đây, tôi rướn ghì thân thể em vào cơ thể tôi. Em chạm vào tôi như luồng khí trao thân.

.

Như xa, như gần, vòng tay em là bóng tối, ôm lấy tôi, sao tôi không ngả người ra sau chứ, môi hôn thầm thì nghê thường trong ánh đèn, dưới những ngôi sao đơn nguyên. Cuối cùng, tôi thấy, chúng cầu nguyện cho chúng mình. Hơi thở của em lúc nửa đêm, sống động, phả trên làn da tôi, xuyên qua nghìn trùng xa cách giữa chúng mình, những cánh đồng, đường cao tốc và thị trấn, hàng triệu ngôi nhà nhỏ say mềm trong đêm sao sa.

.

Chúng mình có tình yêu nầy, nỗi đau tương tác, vần điệu tràn đầy, dù có sai nơi, sai thời, là tặng phẩm ngọt ngào vòng tay, thiên chức của trái tim, những ngọn lửa để khởi dẫn năm mới, những ngày và đêm xa xôi trên biển đen bầu trời. Môi em giờ là tuyết tan trên môi tôi, mát mẻ, thân mật, nụ hôn đầu đời, một lời thề nguyền. Thời gian trôi qua trôi qua không gian vô tận, cho đến khi này chúng mình nơi đây. *(2:31 khuya)*
Stanton Dec. 27th, 2024

NEW YEAR
by Carol Ann Duffy (1955...)

Scottish poet and playwright
I drop the dying year behind me like a shawl
and let it fall. The urgent fireworks fling themselves
against the night, flowers of desire, love's fervency.
Out of the space around me, standing here, I shape
your absent body against mine. You touch me as the giving air.
.
Most far, most near, your arms are darkness, holding me,
so I lean back, lip-read the heavens talking on in light,
syllabic stars. I see, at last, they pray at us. Your breath
is midnight's, living, on my skin, across the miles between us,
fields and motorways and towns, the million lit-up little homes.
.
This love we have, grief in reverse, full rhyme, wrong place,
wrong time, sweet work for hands, the heart's vocation, flares
to guide the new year in, the days and nights far out upon the sky's
dark sea. Your mouth is snow now on my lips, cool, intimate, first kiss,
a vow. Time falls and falls through endless space, to when we are.

PHẦN 4
TRUYỆN NGẮN - TẢN VĂN

VÂN HẠ
Truyện ngắn

Tiếc thay chút nghĩa cũ càng,
Dẫu lìa ngó ý còn vương tơ lòng! (Kiều, Nguyễn Du)

Cơn mưa chiều đầu mùa hạ bất chợt ập đến khi tôi đang thong thả đạp xe vừa ra khỏi trung tâm phố biển Qui Nhơn theo hướng ngoại ô về nhà. Vẫn còn chút nắng vàng ươm mật sóng sánh trên những tán lá ven đường như lưu luyến ngày còn chưa qua và đêm cơ hồ ngỡ như còn xa lắc xa lơ. Tôi vội vàng tấp vào lề đường, dựng xe trước một tiệm thuốc tây và bước vào bên trong lúc này đã có chừng chục người đang chen chúc nhau chờ cơn mưa ngớt giọt. Đang có một đám mây về đậu lại bên trên thành phố nhỏ, thả xuống bên dưới những con người tội nghiệp này một cơn mưa bóng mây. Và bầu trời bao la xem chừng như vẫn vô tình trong xanh lạ thường như chưa hề đang có một cơn mưa đang về, như đã từng chưa hề chứng nhân những biến động trong những ngày đau thương và chia ly sau một mùa chinh chiến điêu linh cuối cùng của đất nước năm 1975...

.

Không ai nói gì, không khí hơi ngột ngạt nhưng bình thường. Như mọi người tôi cũng hướng mắt nhìn ra màn mưa bên ngoài! Một lúc... Tôi nghe một cảm giác lạ lạ phía sau lưng. Tôi quay đầu nhìn: Một người đàn bà ngồi trên chiếc ghế đẩu, đầu quấn khăn kín đáo chỉ chừa ra một phần chính diện khuôn mặt đang nhìn tôi, hai tay âu yếm ôm một bọc nhỏ trong lòng cũng quấn khăn kín mít, gọn gàng. Thật lạ!, người đàn bà không lộ vẻ gì là mất tự nhiên khi thấy tôi đang nhìn lén mình. Và nàng còn mỉm cười như rất thân quen với tôi! (Tôi bắt đầu gọi người đàn bà là nàng vì nhờ qua nụ cười ấy, ánh mắt tôi dừng lại trên khuôn mặt ấy, chỉ một tí thoáng nhìn, một tí thôi, tôi đã phát hiện ra ngay nàng còn trẻ lắm!). Tôi cười nhẹ vô tư đáp trả như một phản xạ tự nhiên, có phần lịch sự nhưng rồi tức khắc nghe chừng có điều gì đó lướt qua trong tôi, nghe chừng xốn xang. Và... tôi bất chợt giật bắn người: Vân! Vân Hạ của tôi! Mối tình đầu của tôi! Vân Hạ đang ôm cái bọc nhỏ là một sinh vật nhỏ bé đáng yêu trong vòng tay yêu thương của nàng, một người mẹ còn trẻ quá, đang còn trong lứa tuổi đôi mươi.

.

Vân Hạ vẫn giữ trên môi nụ mỉm cười. Nhưng hồn tôi đã khởi sự một cảm giác ngày xưa, thuở hai đứa còn ngày ngày bên nhau. Ngày xưa của tôi vuột khỏi đời tôi và trở nên ngày xưa có xa xôi gì đâu, chỉ vỏn vẹn chưa đầy 1 năm. Trong tôi như có một luồng điện lạ thường đang lướt qua từ giữa hai bả vai lên tới ót tôi. Cái cảm giác tôi vẫn hay cảm nhận qua đời thường, dù chỉ là một tình tự nào đó của tha nhân. Tôi là một con người hay nhẹ dạ, yếu lòng. Nên không sao tránh khỏi, ở phạm trù tình cảm lứa đôi, tôi là một người đàn ông lãng mạn. Hễ yêu ai là yêu đến khôn cùng cảm xúc, mang người mình thương đặt lên những cung bậc hình ảnh đẹp nhất. Vân... tôi hay gọi nàng là Vân Hạ, vì hai đứa gặp nhau lần đầu vào mùa hè, với phượng đỏ nắng vàng vang vang râm ran tiếng ve sầu sân trường và bầu trời lúc nào cũng xanh ngắt như cái tên của nàng: Vân Hạ. Tôi nghe tiếng nói Vân Hạ, không phải trong những giấc mơ tàn canh trong thời gian qua nghìn trùng tăm mây xa cách nàng mà từ trước mắt tôi, lúc này, một Vân Hạ đang ngồi đây, nghe sao lòng mình vẫn còn thật nhiều ngỡ ngàng,

– Anh khỏe không?

Một dòng xung điện lại xuất hiện trong tôi, tuôn trào như một dòng dung nham. Giọng nói Vân Hạ vẫn thoáng nhẹ một chút ngọng nghịu con nít, một chút thôi mà dễ thương vô vàn vì còn vương dấu ấn âm hưởng của lứa tuổi thơ ngây. Như ngay phút giây đầu tiên thuở duyên số đưa đẩy hai đứa quen nhau, được nghe từ Vân Hạ giọng nói dễ thương lạ thường này. Tôi vẫn còn nhớ như hôm qua việc phát hiện giọng nói của nàng, làm nàng rõ ràng có phản ứng dỗi hờn vì sao tôi dám xem nàng còn con nít chứ. Và mãi sau này, tôi còn yêu hoài biết bao cái tính Vân Hạ lúc nào cũng muốn tỏ ra mình là một người lớn tuổi rồi, trưởng thành rồi, như tôi... vì chắc chắn Vân Hạ còn chưa đủ tự tin làm một người lớn chăng. Giọng nói Vân Hạ nhẹ như một cơn gió nồm thoáng qua mát rượi cả hồn tôi. Tôi run run,

– Anh khỏe. Anh mừng gặp lại em và... con!

Trông Vân Hạ nhỏ bé và ngoan hiền như một con mèo

ốm. Con mèo ốm của tôi, của những ngày khởi sự hai đứa thương nhau đây rồi. Nét mặt nàng trở nên sung sướng và hân hoan rõ ràng không che giấu. Hai bàn tay xinh đẹp ngày xưa không biết bao nhiêu lần tôi ve vuốt không chán khẽ lần vén lớp khăn quấn quanh đứa bé và cố ý lần ra ngay chỗ cần cho tôi thấy. Hai bàn tay với những ngón tay thon dài tuyệt đẹp búp măng. Lúc này trông khuôn mặt và cử chỉ nàng hiền thục biết bao. Tôi hiểu ý nàng. Tôi cảm động đến run người và hầu như không thốt được nên lời, tôi nghe có dòng âm vang yêu thương những ngỡ như không phải thoát từ miệng tôi... đúng ra từ sâu lắng cõi lòng tôi, nhưng chúng tôi đang thật sự hạnh phúc:

– *Anh vui lắm!*

Có một giọt nước mắt đang lăn dài trên má Vân Hạ!

.

Ngoài trời mưa đã bắt đầu thưa dần rồi tạnh hẳn, bầu trời như sáng thêm ra và tươi mát không còn oi nồng như trước cơn mưa. Mọi người tản ra đường. Cùng lúc này, một cảm giác lạ lạ lần thứ hai lại xuất hiện trong tôi. Tôi ngước nhìn và ngạc nhiên: Một người đàn ông đứng sau nàng từ hồi nào đang có vẻ dò xét nhìn tôi. Tôi đã không nhận ra người này ngay từ đầu vì lẫn trong vài người khác sau nàng. Cùng lúc tôi nghe giọng Vân Hạ chừng như lạc đi... như có một cơn gió lạnh ngắt tạt ngang làm tôi bừng tỉnh ngay,

– *Ông xã em!*

.

...Vậy là chúng tôi đã xa nhau từ cuối mùa hạ trước của năm '75 khi đất nước đã ngưng hẳn tiếng súng hận thù nhưng khởi sự cho những ngày tháng biến động đến từng phận đời người miền nam. Gia đình Vân Hạ đã trở về Huế, còn Mẹ cùng chúng tôi vì lo sợ bị đi kinh tế mới đã dọn nhà từ Qui Nhơn về lại nhà từ đường ở ngoại ô sau khi Ba tôi thuộc thành phần vừa ngụy quân, vừa ngụy quyền là giáo chức biệt phái bị chính quyền mới tập trung cho đi học tập cải tạo ở trại K18 tận trên vùng núi rừng An Lão. May mắn là vẫn còn trong địa phận tỉnh Bình Định quê nhà tôi, có phần nào tiện bề cho Má tôi đi thăm nuôi hàng tháng. Lúc đó hai đứa đã có những đêm cuối cùng bên nhau và rồi tôi những tưởng không bao giờ còn có dịp gặp lại Vân Hạ ngày xưa của tôi. Nhưng sau lần này sẽ là mãi mãi chia xa! Làm sao cho tôi quên cái mùi hương trinh nguyên lạ thường lụng là từ người con gái người thương của tôi. Cái mùi thơm ngon sữa ngọt ta vẫn bắt gặp ở những hài nhi còn thơm mùi sữa Mẹ, mà tôi chưa bao giờ cảm nhận ở một người con gái thứ hai! Đến nỗi trong một cảm hứng khôn cùng, một đêm trong lúc hai đứa bên nhau, tôi góp nhặt cát đá được 2 câu thơ trong một bài thơ, và có cả trăm bài thơ, trong hầu như cả sự nghiệp thơ ca của tôi dành chỉ riêng cho Vân Hạ, người thương của tôi: *"... Cho tôi xin hương vị em thơm ngọt/thoảng nhẹ ngập hồn dưới vạn ánh sao đêm... "*. Và còn nhớ làm sao, ấn tượng làm sao nốt huyền rậm rật trên vùng ngực trắng hồng, và những sợi lông măng tơ vàng trên đôi cánh tay trần nuột nà của Vân Hạ... Nhưng dẫu sao lòng tôi rồi sẽ lắng đọng dần và trầm tích xuống tận đáy lòng tôi theo dòng đời trôi đi và Vân Hạ chắc hẳn cũng thỏa lòng với người nàng thương để chúng mình khởi sự lật sang trang đời mới của mỗi đứa trong cõi đời quán trọ này, phải không em. Thôi thì xem như một định mệnh đã an bài giữa tôi và Vân Hạ của tôi. Mọi việc tùy duyên vậy. Biết làm sao hơn được! Nhưng tôi chắc chắn một điều: Vân Hạ sẽ vui sống bên con như có tôi bên cạnh nàng. Ngày xưa tôi hay thương yêu thì thầm bên tai nàng: *"Vân Hạ sẽ sinh cho anh một cô bé giống y chang như Mẹ nó!"* *(2: 34 xế chiều nơi xứ xa, trời sắp sang hè mà như một sáng mùa đông quê nhà ngày xưa)*

Stanton, California May 2023 – Apr. 24th, 2025

Truyện rất ngắn
NGÀY SAU SỎI ĐÁ CŨNG CẦN CÓ NHAU

Một buổi sáng mùa đông... Vừa dẫn hai đứa con gái tôi vào lớp thì mưa lại bắt đầu nặng hạt. Tôi đang đưa xe rời trường học miệng ngâm nga, "Mưa vẫn mưa bay trên tầng tháp cổ..." thì phone tay reo. Giọng một bà tôi đoán tuổi khá cao, "Chú đến chở ông xã với tôi đi bác sĩ được không?". "Được chứ bác, nghề của cháu mà"... Chắc bác ấy ngại mưa quá tôi không chạy xe.

.

Tôi ghé vội vào nhà thay đôi tất sũng nước rồi lái xe chạy qua nhà bác, chỉ mất vài phút. May là chúng tôi ở cùng một khu apartment. Tôi đậu xe phía ngoài dãy nhà, căn hộ bác ở cuối dãy, unit D. Tôi rút phone gọi, mưa vẫn như trút nước.... Mãi gần 5 phút sau cửa mới mở rồi có hai bà già ló ra với một cây dù. Trông họ vừa nói vừa nhìn vào trong nhà có vẻ chưa dứt khoát một chuyện gì. Rồi bà bác già cầm dù quyết định bước ra ngoài và bà bác già kia vội chạy theo sát bên bạn để ké chung một dù. Tôi hơi ngạc nhiên vì không thấy người đàn ông là người cần đi gặp bác sĩ chứ không phải là hai bà già. Bà bác già không cầm dù bước lại chỗ xe tôi người hơi khom khom nhìn vào như muốn nói gì với tôi. Tôi bấm nút hạ kính xe xuống một tí thôi vì bên ngoài trời vẫn đang mưa như xối xả. Bác ấy vội thò tay nhét một cuộn giấy nhỏ qua khe cửa kính, tôi nhìn kỹ thấy rõ hai tờ giấy 5 đô la được cuộn tròn qua loa. Rồi bác nói thật to cho át tiếng mưa nhưng vẫn không dấu được nỗi ngượng ngập, "Phiền chú... ông xã tui ổng không chịu đi...".

.

Tôi cảm thấy bác muốn phân trần và qua ánh mắt tôi thấy bác như chờ đợi một sự thông cảm! Bà bác khoảng tuổi ngoài 70, ăn mặc giản dị, dáng dấp vẫn còn nhanh nhẹn; nhờ mái tóc đã bạc trắng lại cố ý uốn dợn thật khéo ôm lấy một khuôn mặt đẹp lão càng tôn thêm nét quí phái của một bà lớn tuổi. Nhìn bà, bỗng tôi liên tưởng đến mẹ tôi, đến những bà bác đã từng một thời khốn khó vừa bươn chải nuôi con, vừa lặn lội đi thăm nuôi chồng trong những trại cải tạo heo hút ở miền núi. Nhìn nét mặt hiền hiền nhẫn nhục tôi hiểu liền mọi chuyện vừa xảy ra trong nhà bác ấy. Tôi nói, "Ồ không sao, cháu không lấy tiền đâu. Bác yên tâm vào chăm sóc ổng đi, người đau ốm tính khí hay bất thường mà...". Tôi nói thêm cố ý cho bác bớt bối rối, "Thôi bác vào đi khi nào ổng chịu đi thì gọi lại cho cháu". Nghe tôi nói bác chợt im lặng, nét mặt tần ngần. Bác nói nhỏ đủ cho tôi nghe: "Cảm ơn chú..." rồi hối hả cùng bà già kia lúp xúp chạy lui. Chờ hai bà bước hẳn vào nhà tôi quay xe về nhà mình. Chắc bác ngại nếu phải một mình ra gặp ông tài xế lạ đã bỏ công đến đây trong lúc trời mưa gió mà cuối cùng vợ chồng bác lại không đi.

.

Cơn mưa vừa tạnh hẳn. Nắng vẫn chưa lên, nhưng không khí trong trẻo.

Tôi lại thấy người ta đi bộ lên xuống trong khu apartment rộng lớn này. Họ đang tập thể dục buổi sáng như thường ngày. Vẫn mấy cặp vợ chồng già HO ăn mặc đủ bộ: áo ấm, khăn choàng cổ, mũ len. Trông họ nhàn nhã và thoải mái chuyện trò. Trong khu apartment nầy có rất nhiều cặp vợ chồng già người Việt mình đang hưởng trợ cấp housing ở với nhau không phụ thuộc vào con cái.

.

Tôi lại ngâm nga tiếp bản nhạc bị gián đoạn vì cú phone của bà bác già lúc cơn mưa nặng hạt: "...Xin hãy cho mưa qua miền đất rộng. Ngày sau sỏi đá cũng cần có nhau...".

.

Một ngày đang trôi qua bình an!
Stanton California July 7th, 2015

Đoản văn

EM CÓ GẶP MÙA ĐÔNG

Em có gặp mùa đông & có nhớ đêm Noel năm ngoái không em. Đêm nay lạnh dường như đêm êm ru đêm không ngủ. Đêm tỉnh bơ như em bé vừa qua một giấc ngủ ngon. Đêm không quấy phá, đêm dễ thương chơi một mình.

.

Em có gặp mùa đông về hồi chiều khi chúng mình vừa chia tay không em? Và ngay lúc ấy, lúc chúng mình vừa không còn tay trong tay anh bất chợt thấy trống vắng và lạnh khôn cùng... Vừa bước vào nhà anh lục tìm áo ấm, khăn quàng cổ và lại nghĩ đến em. Anh đang rất ấm và cơ hồ đang nhớ em thật nhiều. Giá lúc nầy có em yêu nóng hổi trong tay anh em nhỉ! Em biết không? Thời gian như dừng lại trong căn phòng nhỏ tội tình nầy. Bây giờ mới vào khuya mà anh khù khờ đến nỗi cứ hiện lên trong đầu anh ý nghĩ biết đến bao lâu nữa trời mới mờ sáng cho anh khởi sự nôn nao đến gặp em đây! Dường như thời gian đang ngủ vùi trong đông đầu mùa hay sao ấy em ạ! Thời gian chẳng màng trôi đi, thời gian như đọng lại đâu đây? Làm sao cho anh chóng đến gặp lại em đây... ngay bây giờ đây hở em yêu!

.

Đêm lạnh quá đêm vô tâm không ngủ? Dường như đêm đang lắng nghe đông đầu mùa phà hơi lạnh ra không gian chung quanh anh trong căn phòng nhỏ chỉ trơ trọi anh mình ên. Đêm quên lửng trôi đi... cho ngày mai chúng mình lại gặp lại nhau. Rồi đêm lạnh cóng, đêm ngủ quên tự lúc nào, bỏ mặc không gian một mình hiu quạnh và anh của em! Lại sắp đến một mùa Noel nữa rồi em ơi. Vậy là chúng mình quen nhau đúng một năm rồi đó em! Em làm sao quên được cái đêm Noel năm ngoái chứ, phải không em? Lúc đó vô tình... hay hữu tình trong tay thượng đế cho chúng mình có mặt trong đám đông dạo chơi đêm Noel trước sân nhà ai đó rực rỡ những bóng đèn nhiều màu sắc trang hoàng hang Bethlehem nơi chúa Hài Đồng hoài thai giáng sinh xuống trần cứu chuộc tội lỗi con người... Lúc ấy bất chợt anh nghe một giọng nói thật dễ thương! Giọng nói hơi ngọng một tí, một tí thôi, giọng nói mới vừa qua tuổi ô mai. Hơi ngọng một tí thôi đủ để làm anh ngu ngơ khù khờ ngay trong một sát na. Và như có ai gõ chiếc đũa thần lên đầu anh và hô biến, tức khắc anh đã không còn là một tên ngổ ngáo, cứng đầu và... khó dạy như bố mẹ anh hay than vãn. Như có phép màu, hay bằng trực giác tiền kiếp luân hồi trên cầu mơ phục sinh, anh quay đầu lại phía sau và sa lầy liền vào khuôn mặt em thiên thần. Giá mà thời gian cứ trôi qua nhưng giữ hộ dùm anh giọng nói hơi ngọng nghịu và khuôn mặt thần thoại nghìn lẻ một đêm người thương của anh hoài em nhỉ!

.

Đêm đã ngủ say mèm tự lúc nào, đêm không còn chơi một mình... với anh! Bây giờ vừa qua giao thừa, cây kim phút vừa nhích qua khỏi con số 12 nhưng anh vẫn còn thức vì còn mãi đắm chìm trong nỗi nhớ em da diết! Trong khi đêm đang ngon giấc đến nỗi anh lo quá đêm sẽ quên thức giấc hay đêm sẽ thức dậy muộn màng vào sáng mai. Cho một ngày mới mau mau trở về, cho chúng mình gặp lại nhau, cho anh nghe thân thể em ấm hỏi và thơm nồng trong vòng tay anh thương yêu cho thỏa một đêm đông buốt lạnh vừa trôi qua... *(12:12 khuya)*

Stanton California Dec. 14th, 2023

Tản văn

NHỮNG NGÀY TẾT Ở BÌNH ĐỊNH QUÊ TÔI

(Tg trước Điện thờ vua Quang Trung 1997)

Tối 30 tết ở làng quê thì tối lắm, tối như đêm 30 tết mà. Thật ra đêm 30 nào mà không tối, có riêng gì đêm 30 tết. Có điều đêm 30 tết người ta như chợt phát hiện sao nó tối quá có lẽ vì ai cũng lăng xăng làm nhiều chuyện trong đêm giao thừa cần ánh sáng. Chuyện nọ xọ chuyện kia... đã vậy, có khi lại phải chạy qua nhà hàng xóm mượn cái này cái nọ hoặc xin chút gì đó mà hồi sáng đi chợ quên lửng mất nên càng cảm thấy sao mà trời tối quá. Chỉ có quanh nồi bánh tét ngoài sân bập bùng ánh lửa là sáng nhất. Hồi đó làng quê chưa có đường dây điện kéo về như bây giờ.

.

Năm nào cũng vậy, trước đó vào sáng sớm 30 Tết Má tôi đã thuê chú Quý vác cái rựa qua kiếm củi nấu bánh tét. Thấy chú Quý, thằng Huy em trai út tôi biết ý liền chạy xuống nhà dưới ì ạch kéo lê cái xà beng nặng trình trịch dài hơn nửa thước cho chú ra cái vườn hoang sau nhà đào lên những gốc cây khô mục chất một đống nho nhỏ trước sân. Cái vườn hoang rộng cỡ một cái sân bóng chuyền hồi trước trồng ổi. Tôi vẫn còn nhớ rõ cái mùi ổi nếp khi chín hườm ngọt và thơm làm sao. Mấy năm sau khi cả nhà dọn về lại nhà từ đường sau vài năm ở Qui Nhơn thì vườn đã bỏ hoang nên quen gọi là vườn hoang. Vậy mà năm nào cái vườn hoang nhỏ cũng cung cấp một lượng củi đủ nấu một nồi bánh tét kha khá. Nhờ vậy mà từ trời chập tối đêm 30 cho đến khuya cả một khoảng sân rộng trước ngôi nhà ngói từ đường khang trang ba tôi xây dựng nên trước năm 75 không bị tối... như đêm 30 tết.

.

Quê tôi sáng Mùng Một Tết thế nào cũng có mưa bụi bay bay... mưa xuân! Cái mùi đất vào sáng sớm thơm ngây một mùi lạ lắm, mùi của đất. Mùi đất vương vương đây đó theo vào nhà từ chút đất còn bám ở đám rễ con mấy cây cải non vừa nhổ lên trong miếng đất trước nhà. Sáng Mùng Một mát lạnh và lòng tôi lâng lâng một cảm giác hân hoan nhẹ nhàng. Trong một bài thơ tôi viết, *"Sáng đầu xuân trong không khí có mưa / Có con bướm khua râu vờn chút nắng..."*. Cả nhà ăn bữa sáng đầu năm nhẹ bằng món thịt heo nước dừa kho tàu cuốn bánh tráng với xà lách, dưa leo... vừa mới hái trong vườn nhà. Vào sáng sớm những trái dưa leo vẫn còn phớt nhẹ một lớp phấn trắng trinh nguyên có rải đều những nốt gai nhỏ. Xong đâu đó bọn trẻ chúng tôi kéo nhau đi chơi Chợ Gò.

.

Quê tôi có tục lệ đi chơi Chợ Gò sáng Mùng Một Tết ở làng cạnh bên. Chợ nhóm trên một gò đất cao dưới chân núi Trường Úc bên bờ sông Hà Thanh đổ ra Đầm Thị Nại vì vậy mà gọi là Chợ Gò. Thật lạ!, gọi là chợ nhưng chợ chỉ nhóm có một lần trong năm là sáng Mùng Một Tết. Người dân quê mang rau quả cây nhà lá vườn ra nhóm chợ, có khi có cả các món đặc sản địa phương mà nổi tiếng khắp nước như nem chợ huyện, bánh ít lá gai, bánh tráng... Những đồ chơi con nít làm bằng vật liệu địa phương như gà cồ chút chít nặn bằng đất sét, rỗng ruột, sơn phết xanh đỏ, có lỗ thổi ra tiếng kêu o... o... Những cái lung tung giống những cái trống cơm tí hon bằng tre phất giấy kính đỏ, mỗi lần xoay qua xoay lại hai cục chì nhỏ đập vào hai mặt trống nghe tung...tung...tung...tung thật vui tai; rồi cối xay lúa, cối giã gạo, tướng quân múa võ đều làm bằng tre và gỗ cây gòn và cả hột xoài tượng đã khoét ruột.

.

Bà con đến Chợ Gò, người mua kẻ bán đối đãi nhau trong tình bà con làng xóm chỉ mong kiếm chút lộc đầu xuân vậy thôi. Một phong tục đẹp của người dân quê tôi. Đây còn là dịp thanh nam nữ tú kéo nhau đến dạo chơi và may ra kiếm được chút tình, bọn trẻ còn kéo nhau leo lên dãy núi nhỏ Trường Úc bên cạnh. Cảnh và người trông thật là tình trong một buổi sáng đầu năm. Và vô tình chợ có thêm cái tên thật mộc mạc là Chợ Tình. Tôi nghe có thơ rằng:

> *"Chợ họp một năm có một phiên*
> *Người bán người mua ở khắp miền*
> *Mồng một kêu nhau đi họp chợ*
> *Tưng bừng khăn áo bước chân chen"*

.

Không khí phiên chợ trở nên sôi động nhất là lúc tiếng trống dồn dập giục giã nổi lên. Cùng lúc cái giọng Bình Định nghe "thiệc" là nặng mà không tỉnh thành nào khác có được cất lên bắt đầu cho trò chơi hô bài chòi. Phải nói là dân Bình Định có giọng nói nặng quá, nặng nhất nước. Tôi là dân thành phố Qui Nhơn cả một thời thơ ấu, qua Mỹ mấy chục năm rồi, tuy phát âm khá đúng chính tả nhưng vẫn không rửa được cái giọng Bình Định quê mùa, nặng... cái giọng ăn to nói lớn của mình! Nhưng với tôi, một người Bình Định, nghe hô bài chòi, hay nghe hát bội bằng giọng Bình Định mới phê! Vì Bình Định là cái nôi của Nghệ thuật bài chòi mà! Thật là: *"Gió xuân phảng phất cành tre, mời bà con cô bác lắng nghe bài chòi..."*. Đi chơi Chợ Gò mà thiếu trò hô bài chòi cũng giống như nhậu nem Chợ Huyện mà thiếu rượu Trường Úc: *"Rượu ngon Trường Úc mê ly/Gặp nem Chợ Huyện bỏ đi không đành"*.

Nghe nói Chợ Gò đã phát xuất từ thời kỳ cực thịnh của nhà Tây Sơn. Lúc đó hai vị tướng nhà Tây Sơn là Trần Quang Diệu và Võ Văn Dũng đã bày ra cho lính và người dân địa phương vui chơi ngày đầu xuân. Vậy nhưng kỷ niệm lần đầu đi Chợ Gò lại để lại trong tôi một ấn tượng không vui gì nhưng khó phai mờ. Cuốn phim đời tôi chạy ngược lại thêm một đoạn dài nữa. Tôi nhớ như in trong đầu như hôm qua hình ảnh một thằng nhỏ bảy tám tuổi ngu ngơ, ngờ nghệch lần đầu tiên trong đời được Ba nó chở đi chơi Chợ Gò trên chiếc xe vespa. Hồi đó nhà tôi đã dời xuống thành phố Qui Nhơn. Ba tôi là một ông giáo, ông có nhiều tật khác người! Những lúc vui nhất là lúc ông cằn nhằn nhiều nhất. Thậm chí có một đêm cuối năm tôi lại còn được ăn một trận đòn ra trò chỉ vì một chuyện cỏn con chẳng ra sao. Còn chuyện cả buổi sáng Mùng 1 Tết cả bọn trẻ chúng tôi bị cắm trại 100% trên gác nhỏ để đánh vecni bộ bàn ghế cũ còn lỡ dở hay phải làm cho xong một chuyện gì đó là chuyện thường ngày thôi. Nên được ông dẫn đi chơi

Chợ Gò một mình như thế này chắc hồi hôm ông đã ra tay hơi nặng với riêng tôi chăng. Chắc là giận quá chứ nghĩ lại cũng hối, tánh ông là vậy! Trên suốt đường đi tôi phải đứng thẳng đơ phía trước trong lòng xe giữa hai chân của ông còn hai tay thì phải nắm chặt vào tay lái. Mà đường từ phố Qui Nhơn đến Chợ Gò cũng gần chục cây số chứ đâu có ngắn nên thật là một cực hình đối với một thằng bé con! Vậy mà lúc chuẩn bị đi thì nó háo hức lắm. Rồi lúc đến nơi tôi đã chẳng cảm nhận được một niềm vui gì lạ thường như tôi đã tưởng tượng trước đó. Phải đi một mình bên ông bố nghiêm nghị chẳng ân cần hỏi han, mua cho quà bánh gì, rồi lạ cảnh lạ người thằng nhỏ chỉ cảm thấy một nỗi buồn bơ vơ chỉ muốn về nhà sớm để chạy đi chơi bầu cua tôm cá tự do, còn vui hơn nhiều.

.

Vài năm sau "Giải Phóng 1975" Ba tôi bị tập trung đi học tập cải tạo. Má tôi và 9 người con dọn trở về lại nhà từ đường dưới Cầu Sông Ngang cách thành phố Qui Nhơn không xa, chắc tránh bị đi kinh tế mới! Rồi Ba tôi vượt biên cùng thằng em thứ 4, đã thi đậu vào các trường đại học ở Saigon, Dalat nhưng giấy hồi báo của trường gửi về địa phương xã bị chính quyền im mất, không đưa cho em tôi cắt hộ khẩu nhập học, qua Mỹ vào năm 1982. Còn nhớ dạo đó... những ngày Tết đầu xuân tiết trời mát dịu nên lúc nào không bận lo dọn bánh mứt và châm trà trên ba cái bàn thờ cho Bà Nội cúng thì bọn tôi ngồi trước nhà tán dóc, thường thì hay nhắc đến Ba tôi và thằng em đang ở Mỹ vừa nhìn ra ngoài đường làng bà con kéo nhau lũ lượt vừa đi vừa trò chuyện rôm rả, còn bọn con nít rượt nhau kêu la inh ỏi khắp xóm.

.

Nhưng câu chuyện tết quê tôi chỉ thật sự chấm hết sau ngày lễ hội Đống Đa vào Mùng 5 Tết. Tôi được dẫn đi lễ hội Đống Đa lúc còn bé tí như đi Chợ Gò, từ lúc còn ở

Qui Nhơn. Nhưng lần này do ông cậu Bảy Ời em ruột Má tôi dẫn đi. Hồi đó Cậu Bảy tôi đi lính bộ binh đóng trong thành phố. Sáng Mùng 5 Tết xe GMC nhà binh tập trung bà con ở bến xe mới Qui Nhơn chở đi dự lễ. Ngày hội được tổ chức tại Điện Tây Sơn, trước là nhà của anh em Tam Kiệt thuộc làng Kiên Mỹ cách thành phố Qui Nhơn chừng hơn năm mươi cây số về hướng tây thuộc một huyện Vĩnh Thạnh miền thượng nguồn. Điện được khánh thành cho việc thờ phụng ba anh em Tây Sơn Tam Kiệt vào năm 1960. Lần đi chơi này đã để lại một ấn tượng còn mạnh hơn cái lần đi chợ Gò với Ba tôi. Ấn tượng trong tôi mạnh đến nỗi như mới hôm qua cái cảnh bà con đông ơi là đông chen lấn nhau trên cây cầu Kiên Mỹ bắc qua sông Hà Thanh trên đường vào điện thờ ba Ngài. Cầu dài hơn năm trăm mét mà lại hẹp quá. Lúc ấy là cao điểm của lượng người và xe chở tôi đang trên cầu. Người và xe chen nhau đến mức tốc độ dòng người tiến tới rất chậm. Trời đã đứng bóng nên ai cũng nôn nóng khiến đám đông trở nên hỗn loạn. Chiếc xe như bị trôi đi cùng dòng người. Có một lúc chiếc xe cán nức mép cầu suýt rơi xuống sông làm bà con trên xe ai nấy đều xanh mặt. Tôi còn nhớ rất rõ cây cầu dài chưa có thành cầu như sau này. Nên có nhiều người bị đẩy lọt xuống cầu mà cũng có người tự ý nhảy xuống. Cũng may mùa này nước sông khô cạn chỉ thấy mặt cát trắng phía dưới. Tôi thấy có nhiều người lội đi dưới lòng sông bên dưới. Lúc này ông cậu lính trẻ chưa vợ thương cháu mới thấy đang mang một cái gánh nặng trên vai là tôi. Nên chưa vào đến nơi thì cậu tôi lại phải lo tìm cách đưa tôi trở lại đoàn xe GMC để về lại Qui Nhơn kẻo có gì trục trặc mà lỡ chuyến xe thì có nước phải ở lại đêm trên nầy. Vậy là lần đi này chỉ thấy có người và người mà thôi. Mãi sau nầy đến mấy chục năm sau, vào năm 1997, lúc đó tôi đã 40 tuổi, sau nhiều cuộc tình dang dở một thời, lưu lạc qua xứ người nghìn trùng xa cách cố hương được 5 năm, sau một đêm buồn tình tôi làm passport đặt vé về Việt Nam bằng mọi giá kiếm vợ, như một canh bạc may rủi! Tự nhủ, ít ra cũng trải qua cuộc sống có vợ có con như người ta, những con người bình thường. Tôi sinh vào năm Dậu. Những người tuổi Dậu lảng mạn, con đường tình ái lắm trắc trở! Sau đám cưới chúng tôi xách xe honda đến nơi này lần thứ 2, có lẽ đây cũng là lần cuối tôi đến viếng nơi xưa là khu đất, nhà của vua Quang Trung! Điện thờ bây giờ được xây ngay chính trên nền đất cũ nơi Cụ Hồ Phi Phúc thân sinh vua Quang Trung đã từng dựng lên một ngôi nhà khang trang, rồi trồng một cây me bên phải và đào một giếng nước bên trái của ngôi nhà. Cảnh nhà nhìn ra phía trước là cánh đồng trù phú, màu mỡ xanh ngắt trải dọc sông Kôn. Đây cũng là nơi chú bé tên Thơm chào đời tức là đại đế Quang Trung Nguyễn Huệ sau này. Cây me cổ thụ cao to thân sần sùi hai người ôm không hết mà cành lá lại sum sê quanh năm, tán che rợp mát cả một khoảng trời xanh bao la. Ngồi nghỉ dưới gốc me mát rượi chẳng mấy chốc lại thấy hồi sức ngay, trong khi nhìn ra ngoài xa xa trưa hè đang nung nóng không gian oi ả. Giếng nước xưa thì được ghép bằng đá ong đỏ. Trải qua bao thăng trầm... khí phách vị anh hùng áo vải cờ đào ngày nào đã đi vào lịch sử hào hùng của dân tộc mà hồn thiêng vẫn còn hội tụ nơi điện thờ oai nghiêm, nơi giếng nước xưa, và thật sinh động nơi cây me già thiêng liêng sau 250 năm trơ gan cùng tuế nguyệt mà lạ lùng vẫn tràn đầy sức sống trẻ trung qua màu lá me xanh non: "Cây me giếng nước sân đình/Ơn sâu nghĩa nặng dân mình còn ghi"

.

Tôi đã đứng sát giếng nước, chống tay trên mặt thành giếng, chồm người nhìn xuống thấy thật gần mạch nước trong lòng đáy giếng. Mặt nước trong vắt giữa trưa hè phản chiếu khuôn mặt tôi. Lời hiệu triệu hào hùng ngày nào của Đại Đế Quang Trung Nguyễn Huệ vẫn còn đó như một mệnh lệnh hôm nay cho con cháu Ngài phải thi hành.

.

*"Đánh cho để dài tóc
Đánh cho để đen răng
Đánh cho nó chích luân bất phản
Đánh cho nó phiến giáp bất hoàn
Đánh cho sử tri Nam quốc anh hùng tri hữu chủ."*

  Thời gian trôi qua như con nước bao lần trôi qua có khi bắt nguồn từ thượng nguồn Vĩnh Thạnh, Tây Sơn quê hương anh em nhà Tây sơn chảy ngang Cầu Sông Ngang quê Nội, Cầu Đôi quê Ngoại tôi trước khi đổ ra Đầm Thị Nại ra biển nghe chừng bình thản như chưa từng chứng kiến bao thăng trầm lịch sử... nhiều người trong hồi ức này đã không còn! Bà Nội mất sau đám cưới thằng cháu đích tôn là tôi vài tháng thọ 90 tuổi. Thằng em út Lê Minh Huy tuổi Dần học giỏi, là lớp phó học tập đã mất vào năm tuổi, 12 tuổi, vì tai nạn mưa lụt sạt lở bờ con mương trước nhà lúc chưa kịp đi Mỹ định cư vài năm sau! Ba tôi cũng đã mất hơn 10 năm rồi vì bệnh tim, chú Quý cũng mất lâu lắm rồi tôi không nhớ cụ thể lắm... Và một thế hệ trẻ như 2 đứa con gái tôi đã lớn khôn ở cái tuổi đôi mươi ở xứ người, áo dài tha thướt trở về làm cô gái Việt Nam xinh đẹp trong mấy ngày Tết này và tôi vài năm nữa đã thất thập cổ lai hy hiu quạnh nhưng sao vẫn thấy lòng mình như ngày nào thuở vào đời, trong khi Má tôi đã 90 tuổi, lúc mê lúc tỉnh chẳng còn tha thiết gì bên ngoài đang đón Tết Quê nhà Ất Ty 2025!

Stanton California Mùng 1 Tết Giáp Ngọ 2014 – Mùng 4 Tết Ất Ty 2025 (11:53 trưa)
*Đăng lần đầu trên báo Việt Báo, California vào sáng Mùng Một Tết Giáp Ngọ 2014

TRUYỆN NGẮN 100 CHỮ

(trên VIETWEEKLY, California 2010)

LIFE

Hôm qua, buổi sáng mưa tầm tã. Nước mưa từ mái tranh rơi xuống nền đất xói một đường rãnh nhỏ và dài. Những bong bóng nước nổi lên rồi vỡ tan. Màu nước mưa thấm qua mái rạ có màu vàng xẫm. Thằng nhỏ nhìn hoài không chán.

Hôm nay, buổi sáng trời đổ mưa như trút nước. Bố chở hai con gái nhỏ trong chiếc Corolla. Mặt đường trước cửa trường ngập lụt. Xe như đi trong biển nước. Hai đứa nhỏ nhìn hoài không chán.

Từ hôm qua đến hôm nay, 50 năm đã trôi qua. Thằng nhỏ là ông Bố.

JL

MỤC LỤC

- Vài Dòng Về Tác Giả
- Thư Đầu Sách Của Nhà Thơ Luân Hoán, Chủ Biên Tc Ngôn Ngữ, Canada
- Cảm Nhận Của Nhà Văn Tuệ Mỹ, Qui Nhơn-Bình Định
- Cảm Nhận Của Nhà Thơ Đặng Hiền, Chủ Biên Hợp Lưu, California
- 3 Bài Thơ... Nhà Văn Phạm Quốc Bảo, Little Saigon Ca.

- **THAY LỜI NGỎ**

PHẦN 1: THƠ (POEMS)

1. Xõa Tóc	27
2. Mưa & Em (2016)	29
3. Mưa & Em (2021)	30
4. Tương Tư Thu	31
5. Mưa Trên Freeway	32
6. Em Qui Nhơn (Nhớ Người Áo Vải)	34
7. ...Thuở Ấy Lá Hoa Cồn	36
8. Liên Khúc Haiku (2024)	38
9. Liên Khúc Haiku (2022)	39
10. Thèm Nụ Hôn Đầu	41
11. Như Màu Café	43
12. Một Công Án	45
13. Anh Chết Cho Em Coi (2023)	46
14. Anh Chết Cho Em Coi (2020)	47
15. Cởi Tình	48
16. Bố Lại Thấy Phượng Tím Nắng Vàng Trong Mắt Con	50
17. Từ Nhỏ	52
18. My Little Lover Was	53
19. Đêm Xuân Tuyệt Tận	54

20. Khi Anh Gặp Em Và...	56
21. Suy Niệm Ngày Xưa	58
22. Huế Cung Nghinh Hạnh Đầu Đà Trong Mưa	60
23. Liên Khúc Haiku Kính Tiễn Thầy Tuệ Sỹ	61
24. Như Rừng Nguyên Sinh	62
25. Những Chuyến Xe Đêm	63
26. Mưa Muộn	65
27. Ghét Làm Sao	66
28. Trường Thi Cồn Hoa Vàng (Phần 1 Mộng Nguyên Thu)	67
29. Trường Thi Cồn Hoa Vàng (Phần 2 Hồn Tương Tư)	72
30. Buồn Valentine	77
31. Hành Phương Tây (Mùa Nguyên Xuân)	78
32. Nửa Khuya Nghe Đọc Truyện Kiều	80
33. Nửa Khuya Nghe Đọc Truyện Liêu Trai Nhớ Người Ta	82
34. Nửa Khuya Nghe Ngâm Tống Biệt Hành	83
35. Món Quà Cho Em, Ukraina	84

(Bắt đầu sort theo mẫu tự abc...)

1. Anh Muốn	86
2. Bài Thơ Ngắn Nhất Dành Cho Con Chim Sẻ Già	87
3. Bài Thơ Tràng Giang Đầu Ngày	88
4. Bốn Lần Qua Sông	90
5. Bốn Mùa Em Qua	92
6. Buông Quên	94
7. Café & Em	95
8. Cầu Mơ Đổ Nhịp	96
9. Có Một Mùa Nguyên Thu	97
10. Còn Đó Chiêm Bao	98
11. Còn Đó Nỗi Buồn	99
12. Cô Quạnh Trong Đêm	100
13. Cơ Hồ & Chẳng Còn Cơ Hồ	101
14. Cơn Hồng Thủy	102
15. Chỉ Là Giai Thoại	103
16. Chỉ Là Mộng Mị Đêm Tháng 10	104
17. Chiều Mưa Phương Tây	106

18. Chơi Giữa Mùa Trăng	107
19. Chơi Xuân	111
20. Chợt Mưa	112
21. Chùm Thơ Cúng Dường	113
22. Chuyện Ngàn Xưa	115
23. Chừng Nào Em Về	116
24. Chứng Nhân	117
25. Dạ Quỳnh Hương	118
26. Dáng Xưa	119
27. Đâu Mùa Hoàng Hoa	120
28. Đêm	121
29. Đêm Mây Mưa	123
30. Đêm Noel Nghe Tinh Thể Phục Sinh	124
31. Đêm Trầm Cảm	125
32. Điệu Boléro Buồn Cuối Năm	126
33. Đọng Giọt Sương Sa	127
34. Đừng	128
35. Em & Mùa Xuân	129
36. Em Có Nghe Trời Lập Xuân	130
37. Em Đâu Giống Một Cơn Mưa	131
38. Em Như Trăng Rằm	132
39. Em Qua Bốn Mùa	133
40. Em Qua Phố Gầy	135
41. Em, Loài Hoang Sơn	136
42. Gặp Nhỏ Tháng Mười	137
43. Giã Từ Đêm Nghê Thường	138
44. Giã Từ Hoa Quỳnh Một Đoá	139
45. Giai Nhân Thanh Tân	140
46. Giáng Sinh Không Em	141
47. Giấc Mơ Hạt Nhân	143
48. Giọt Thời Gian	145
49. Giọt Xuân	147
50. Hạ Tím	148
51. Hoài Nguyên Xưa	149
52. Hoàng Hoa Cánh Rụng	150
53. Hoàng Hoa Khôn Cùng	151
54. Hoàng Yến Trương Như	152
55. Hồn Cô Quạnh	153
56. Hương Thu	154

57. Kiều Mai... Kiều Mai!	156
58. Không Còn Hơn Có	157
59. Khởi Sự Trở Về	158
60. Khởi Sự Xuân	160
61. Khởi Sự Xuân Vàng	161
62. Lạc Hồn	163
63. Lỡ Ngu Ngơ Thương	164
64. Lời Buồn Viết Lại	166
65. Mai Ta Đi Xa Nhỏ Ở Đâu	167
66. Mai Vào Thiên Thu	168
67. Mai Về	169
68. Màu Nào Cho Tháng Tư	170
69. Mắt Đỏ	171
70. Mẹ & Em	172
71. Mình Xa Rồi Nhỏ Ơi!	173
72. Mộng Đêm Đông	174
73. Mộng Lai Sinh	176
74. Một Khúc Tương Tư	177
75. Một Lần... Người Thương	178
76. Một Mai	179
77. Một Mai Nhỏ Về...	180
78. Một Nụ Hoàng Hoa	181
79. Một Nụ Hôn Chiều Gửi Lại Cho Người Ta	182
80. Một Thời Màu Hồng	183
81. Một Thuở Giao Thừa	185
82. Mùa Nguyên Xuân	187
83. Mùa Thu Bolsa	188
84. Mùa Xuân Em Về	190
85. Mùi Con Gái	191
86. Mưa Tháng Ba	192
87. Níu Với Thu Đi	193
88. Nôn Nao Tháng Mười	194
89. Nốt Huyền Thu Xưa	195
90. Nụ Môi Non	196
91. Nụ Quỳnh Xưa	197
92. Nụ Xuân Non	198
93. Ngàn Xưa	199
94. Ngày, Đêm & Em	200
95. Ngậm Ngùi	202

96. Nghe Đời Đang Chiều	203
97. Nghe Mùa Noel	204
98. Ngu Ngơ Ngày Nọ	205
99. Nguyên Vẹn Tháng Tư	206
100. Người Lớn Không Có Quà Noel	207
101. Người Thương Ơi!	209
102. Nhắn Mưa	210
103. Nhỏ Như Là Mưa Mây	211
104. Nhỏ Thiệt Là Xinh	212
105. Nhỏ Về Ăn Tết	213
106. Nhỏ Xưa Áo Mỏng	215
107. Nhỏ... Như Cây Cà Rem	216
108. Nhớ Huế	217
109. Nhớ Những Chiều Xưa	218
110. Nhớ Tháng Giêng	219
111. Như Con Chó Già	220
112. Như Chuyện Cổ Tích	221
113. Như Nắng Tháng Tư	223
114. Những Notes Nhạc Xuân	224
115. Những Tháng Ngày Bình Yên Nơi Khôn Cùng Nỗi Nhớ	226
116. Phố Nguyên Sinh	228
117. Phượng Vàng	229
118. Phượng Xưa	230
119. Qua Đêm Noel Nghe Tinh Thể Phục Sinh	231
120. Qua Mùa Hư Ảo	232
121. Sắc Màu Tình Yêu	233
122. Ta Là Ai	234
123. Tâm Tình Hiến Dâng	235
124. Tế Bào Cuồng Nộ	236
125. Tiềm Thức Tình Yêu	237
126. Tiền Kiếp	239
127. Tiếng Hót Một Loài Chim	241
128. Tiếng Lòng Trầm Tích	243
129. Tiểu Diện	244
130. Tìm Về Mấy Lối	246
131. Tình Buồn	247
132. Tình Như Mưa Hạ	248
133. Tình Sau Như Tình Đầu	249

134. Tình Xuân	250
135. Tình Xuân Hiến Dâng	251
136. Tình Xưa Đã Mất	252
137. Tình Yêu	253
138. Tôi, Thằng Con Trai	254
139. Từ Đôi Mắt	255
140. Từ Giã Tháng Giêng	257
141. Tháng Ba Giã Từ	258
142. Tháng Bảy Chín Đỏ Ửng Má Ai	259
143. Tháng Bảy Hạ Xanh	260
144. Tháng Bảy Mùa Hoang Tưởng	261
145. Tháng Bảy Tỉnh Thức	263
146. Tháng Bảy Vân Hạ Thu Nguyên	264
147. Tháng Chạp Thơm Môi Non	265
148. Tháng Chín & Nỗi Nhớ	266
149. Tháng Giêng Áo Mơ Phai	267
150. Tháng Giêng Mù Sa	268
151. Tháng Giêng Mùa Đại Dịch	270
152. Tháng Giêng Vàng	271
153. Tháng Hai Buồn	272
154. Tháng Hai Xuôi Xe Về Qua Phố Nhỏ	274
155. Tháng Mười Một & Người Thương	276
156. Tháng Mười Một Áo Mơ Phai	277
157. Tháng Mười Một Chín Hườm	279
158. Tháng Mười Một Đi Tìm Người Thương	281
159. Tháng Mười Một Tháng Tương Tư	282
160. Tháng Mười Ngang Nhà Em	283
161. Tháng Năm Mắt Huyền	284
162. Tháng Năm Rồi Đó Em	285
163. Tháng Sáu Nắng Hườm Như Người Ta	287
164. Tháng Tư Còn Đây Mà Đã Với Vợi Xa	288
165. Tháng Tư Đen & Cơn Mộng Du Đỏ	290
166. Tháng Tư Em Có Buồn	292
167. Tháng Tư Mùa Cô Quạnh	293
168. Tháng Tư Này Nhớ Tháng Tư Xưa	294
169. Thèm Một Tiếng Mưa Cuối Năm	295
170. Thì Thôi Nhỏ Ơi	296
171. Thương Nhớ Ngày Xưa	297
172. Thương Nhớ Người Ta	298

173. Thương Nhớ Người Thương	299
174. Tràng Giang Chuyện Xưa Lục Bát	300
175. Tranh Lõa Thể	301
176. Trăm Năm Cô Đơn	303
177. Trăm Năm Cô Quạnh	304
178. Trên Đỉnh Mùa Xuân	306
179. Trên Đỉnh Phù Vân	308
180. Trong Đêm Giao Thừa	309
181. Vàng Rơi	310
182. Vào Xuân	311
183. Vắt Nửa Tháng Mười Một	312
184. Vén	314
185. Xá Lợi Tình Yêu	315
186. Xóm Cổng Quê Ngoại Ngày Xưa (Thơ)	317
187. Xuân Bất Tận	319
188. Xuân Ngoan	320
189. Xuân Nhiệm Màu	321
190. Xuân Xa	322
191. Xuân Hoang Đường	323
192. Yêu Đương Lận Đận	324
193. Yêu Em Cuồng Nộ	325
194. Yêu Em Tháng Mười	327
195. Yêu Em Vĩnh Hằng	328
196. Yêu Thương Cuồng Nộ	329

PHẦN 2 THƠ HAIKU

1. Một Tách Trà	333
2. Theo Bước Thiền Sư	334
3. Thế À	334
4. Vâng Lời	335
5. Nếu Yêu, Hãy Công Khai	335
6. Không Chút Từ Tâm	336
7. Thiền Sư Cáo Phó	336
8. Đại Lãng (Sóng Lớn)	337
9. Cho Cả Trăng Vàng	338
10. Bài Thơ Cuối Cùng	339
11. Tình Sử Nàng Shunkai	340
12. Một Ông Phật Cười	341

13. Một Ông Phật	342
14. Sao Huynh Cõng Gái?!	343
15. Shoun & Mẹ	343
16. Không Xa Phật Tánh	344
17. Thiền Là Gì?	344
18. Một Truyện Ngụ Ngôn	345
19. Đệ Nhất Đế	346
20. Lời Khuyên Của Mẹ	346

PHẦN 3 THƠ CHUYỂN NGỮ

1. Dừng Chân Ven Rừng Một Chiều Đầy Tuyết	348
2. Cuồng Mê	350
3. Sonnet 97	352
4. Sonnet 73	354
5. Sonnet 130	356
6. Sonnet 18	358
7. Những Đám Mây Và Những Con Sóng	360
8. Bài Số 28	364
9. Bài Số 1	366
10. Khi Em Già Đi	368
11. Anh Chỉ Thú Nhận Rồi	370
12. Mùa Thu, Những Chiếc Lá, Mùa Thu	372
13. Mùa Thu	374
14. Nhớ Rừng Thu Xưa	376
15. Đến Với Mùa Thu	378
16. Nguyện Cầu Đầu Năm	382
17. Năm Mới Này	384
18. Vòng Đời Một Năm	386
19. Năm Mới	388

PHẦN 4 TRUYỆN NGẮN..., TẢN VĂN

Vân Hạ (Truyện Ngắn)	393
Ngày Sau Sỏi Đá Cũng Cần Có Nhau (Truyện Rất Ngắn)	398
Em Có Gặp Mùa Đông (Đoản Văn)	400
Những Ngày Tết Ở Bình Định Quê Tôi (Tản Văn)	402
Life (Truyện Ngắn 100 Chữ)	410

Nhân Ảnh
2025

Liên lạc tác giả:
Email: hienlehuong@gmail.com

Liên lạc Nhà xuất bản
Nhân Ảnh
E.mail: han.le3359@gmail.com
(408) 722-5626